தமிழ் நாயகன்

காமராஜர்

அருண் கே. பிரசாந்த்

நாதன்
பதிப்பகம்

சமர்ப்பணம்
என் தந்தை குமாருக்கும் தாய் ஜெயலட்சுமி
அவர்களுக்கும்...

தமிழ் நாயகன்: காமராஜர்

ISBN: 978-81-981494-6-6

நாதன்
ப தி ப் ப க ம்

▶ தமிழ் நாயகன்:காமராஜர் ▶ ஆசிரியர்: அருண் கே.பிரசாந்த் ©
▶ முதல் பதிப்பு: நவம்பர் 2024 ▶ நாதன் பதிப்பகம், சென்னை-600 093,
தொடர்புக்கு: 98840 60274, e-mail: nathanbooks03@gmail.com
▶ அட்டை ஓவியம்: விருதுநகர் ராஜ்குமார் ▶ வடிவமைப்பு: ஜீ. முருகன்.

பக்கங்கள்: 118, விலை ரூ.140/- web: www.nathanbooks.com

இணையற்ற தலைவர்

வாழும் போது புகழ் வெளிச்சத்தில் உலா வரும் தலைவர்கள் அனேகர் உண்டு. ஆனால் அவர்கள் மறைந்த பின், மெல்ல மெல்ல ஒளிகுன்றி, மக்கள் மனங்களில் இருந்தே மறைந்து போவதை வரலாறு தனது வழி நெடுகிலும் கண்டிருக்கிறது.

ஆனால் ஒரு சில தலைவர்கள் மாத்திரம், எத்தனை நூற்றாண்டுகள் கடந்தாலும், மக்களால் என்றென்றும் நினைக்கப்படுபவர்களாக நிலைத்திருப்பார்கள். காந்தி போல, நேரு போல, காமராஜர் போல.

காமராஜர் மறைந்து அரை நூற்றாண்டு ஆகப் போகிறது. ஆனாலும் இந்த நொடி கூட, தமிழகத்தில் எங்காவது, யாராவது அவரது பெயரை உச்சரித்துக் கொண்டு தான் இருப்பார்கள்.

காந்தி கொல்லப்பட்ட போது, இந்தியா சரிந்து விடாமல் தோள் கொடுத்து நிலை நிறுத்த ஜவகர்லார் நேரு என்ற மகத்தான தலைவர் இருந்தார்.

தமிழகத்தில் காமராஜர் இறந்தபோது...? நேர்மை, எளிமை, கடுகளவும் சுயநலம் இல்லாத பொது நலம் என்ற அறம் சார்ந்த அரசியல் பாதையில் தமிழ்நாட்டை வழி நடத்திட எந்த தலைவர் இருந்தார்? அந்த இடம் இன்னும் வெற்றிடமாகவே உள்ளது.

அதனால் தானோ என்னவோ... இங்கு அரசியல் தலைவர்கள் பற்றிய புத்தகங்களில் காமராஜர் பற்றிய புத்தகங்களே அதிக அளவில் வெளிவந்து கொண்டிருக்கின்றன.

இன்றைய அரசியல் சூழல் கண்டு மனம் கசந்து போன இளைஞர்கள் மனதிலும் காமராஜர் என்ற பெயரே ஒரே நம்பிக்கையாக இருக்கிறது.

இளைஞர் அருண்.கே.பிரசாந்த் எழுதியுள்ள 'தமிழ் நாயகன் காமராஜர்' என்ற இந்த நூலும் அதையே பறைசாற்றுகிறது.

காமராஜரின் வரலாறு என்பது பட்டை தீட்டிய வைரம் போல பல பரிமாணங்களைக் கொண்டது. அது ஒரு தனிமனித வரலாறாக

அல்லாமல், ஒரு நூற்றாண்டு கால இந்திய, தமிழக அரசியலோடு இரண்டற கலந்தது.

அதன் அத்தனை பரிமாணங்களையும், தனது எளிமையான நடையில், வாசிக்க ஆர்வமூட்டும் வகையில் மிக அற்புதமாக இந்நூலில் பதிவு செய்துள்ளார் அருண்.கே.பிரசாந்த். பெருங்கடலை சிறு குடத்தில் அடைப்பது போல.

சில நற்செயல்களைச் செய்து முடிக்க ப்ராப்தம் வேண்டும்.

"இதனை இதனால் இவன்முடிக்கும் என்றாய்ந்து
அதனை அவன்கண் விடல்"

என்று குறள் கூறுவது போல் காலம் இப்புத்தகத்தை எழுதும் பணியை இவரிடம் ஒப்படைத்திருக்கிறது. இது இவருக்கான ப்ராப்தம்

வாழ்த்துக்கள்.

அன்புடன்,
'காமராஜ்' பட இயக்குநர்,
அ.ஜா.பாலகிருஷ்ணன்.

நாடு போற்றிய நாயகன்

இந்திய அரசியல் அமைப்பின் அஸ்திவாரத்தையே ஆட்டிப்படைத்தவர். மக்கள் நாயகன் கர்மவீரர் காமராஜர். முழுக்க முழுக்க அரசியல் களம் சார்ந்தே தன் வாழ்க்கைப் பாதையை அமைத்து அதில் வெற்றி நாயகனாக வலம் வந்தவர் . பொதுவாக, அரசியல் வாதி என்றால் இப்படித்தான் இருபார்கள் என்ற பொது பிம்பத்தை உடைத்து தன் தனித்துவத்தை விதைத்தவர். மாநில அரசியலில் பங்கெடுப்பதற்கே இன்று பலப்பேர் முட்டி மோதிக்கொண்டிருக்கும் தருவாயில், எந்த பின்புலமும் இல்லாத சாதாரண குடும்ப சூழலில் பிறந்த காமராஜர் அகில இந்திய அரசியலில் பங்கெடுக்கும் அளவிற்கு உயர்ந்தார் என்பதை அறிந்தபோது ஆச்சரியமும் வியப்புமே மிஞ்சியது.

படிக்காத மேதை என்றே இதுவரை காமராஜரை நாம் அடையாளப்படுத்திக் கொண்டிருக்கிறோம். அதனால் அவர் படிக்கவே இல்லை என்று நினைத்துக் கொண்டு நிறைய பேர் அவரை தவறான முன்னுதாரணமாக்கிக் கொள்கிறார்கள். காமராஜர் பள்ளிப் படிப்பும், பட்டப் படிப்பும் படிக்காமல் இருந்திருக்கலாம் ஆனால் அவர் படிக்கவே இல்லை என்று கூறிவிட முடியாது. தன் வாலிப காலம் தொட்டே லெனினை பற்றியும் காங்கிரஸ் பற்றியும் படிக்கத் துவங்கியவர் , முதலமைச்சர் ஆன பின்பும் கூட விடிய விடிய கண் விழித்து புத்தகம் வாசிக்கும் பழக்கமுடையவர். தினமும் வரும் எல்லா செய்தித்தாளையும் படித்துவிடுவார். ஆங்கிலத்திலும் சரளமாக வாசிப்பார். இனிமேல் வரும் அடுத்த தலைமுறையினருக்கு 'படித்தமேதை காமராஜர்' என்றே அவரை அடையாளாப் படுத்துவோம். அனைவரும் படிக்க வேண்டும், படிக்காத யாரும் மேதை ஆக முடியாது என்பதே காமராஜருடைய எண்ணமாக இருந்தது என்பதை அவருடைய செயலே நமக்கு உணர்த்தும்.

விடுதலை உணர்வுடன் அரசியல் களத்தில் குதித்து, போராட்டம், சிறை, மக்கள் பணி, காங்கிரஸ், காந்தி, பெரியார், இந்திரா காந்தி,

டெல்லி, ரஷ்யா என அவருடைய பயணம் நீண்டு கொண்டே செல்கிறது. ஆரோக்கியமான அரசியல் கட்டமைப்பை நிகழ்த்த நினைக்கும் ஒவ்வொரு அரசியல் வாதியும் தெரிந்துக் கொள்ள வேண்டிய புதிராக காமராஜருடைய வாழ்க்கை அமைந்திருக்கிறது. இந்த புத்தகத்தை எழுதி முடிக்கும் தருவாயில் இப்படி ஒரு தலைவருடைய வாழ்க்கையை எழுதுவதே என்னுடைய முதல் புத்தகமாக அமைந்ததை எண்ணி நான் பெரு மகிழ்ச்சியடைந்தேன்.

நாயகன் தொடரின் மூலம் பல லட்சம் வாசகர்களை ஈர்த்தவர் திரு. அஜயன் பாலா. அவரை தொடர்ந்து இத்தனை ஆண்டுகளுக்கு பிறகு நாயகன் தலைப்பின் கீழ் எழுத எனக்கு வாய்ப்பு கிடைத்துள்ளது. என்னை ஒரு எழுத்தாளனாக அறிமுகப்படுத்திய திரு. அஜயன் பாலா அவர்களுக்கும், நாதன் பதிப்பகத்திற்கும் என் நன்றிகள். இந்நூலுக்கு முன்னுரை எழுதி கொடுத்த கிங்மேக்கர் காமராஜர் படத்தின் இயக்குநர் பாலக்கிருஷ்ணன் அவர்களுக்கும்,

இந்நூலின் பக்கங்களை சிறப்பாக வடிவமைத்த சிறுகதை எழுத்தாளர் ஜீ.முருகன் அவர்களுக்கும், முன் அட்டை ஓவியம் வரைந்து உதவிய ஓவியர் விருதுநகர் ராஜ்குமார் அவர்களுக்கும், பிழை திருத்தம் செய்த கவிஞர் ஸ்ரீசங்கர் மற்றும் பாக்கியராஜ் அவர்களுக்கும் என் நன்றிகள்.

அருண் கே. பிரசாந்த்

பொருளடக்கம்

1. ஆகஸ்ட் புரட்சி 11
2. பிறவித் தலைவர் 14
3. அரசியல் ஆத்திச்சூடி 19
4. என் தலைவர் சத்தியமூர்த்தி 27
5. முதல் வெற்றி 30
6. தலைவர் காமராஜர் 34
7. காரிய சித்தர் கர்ம வீரர் 39
8. சத்திய மூர்த்தி: ஒரு தீரனின் மரணம் 42
9. காந்தியின் பாரபட்சமும்
   காமராஜர் வேதனையும் 47
10. மகானை சாய்த்த மதம் 53
11. குலக்கல்வி எனும் கொடுமை 57
12. துவங்கியது பொற்காலம் 60
13. தேவிகுள பீர் மேடு எல்லைப் பிரச்சனை 66
14. காமராஜர் மாடல் ஆட்சி 70
15. கல்விக்கு கண் தந்த கர்மவீரர் 72
16. மீண்டும் முதல்வர் 78
17. கே.பிளான் எனும் மாஸ்டர் பிளான் 83
18. அகில இந்தியத் தலைவர் 87
19. போர் களத்தில் காமராஜர் 93
20. சோவியத் நாட்டின் விருந்தாளி 98
21. 'இந்தி' எதிர்ப்பு போராட்டம் 102
22. காமராஜர் தோல்வி 105
23. காங்கிரஸ் பிளவு 108
24. மனம் நொந்தார் மக்கள் நாயகன் 113
25. விளக்கை அணை 116

1. ஆகஸ்ட் புரட்சி

ஆகஸ்ட் புரட்சி 1942

இந்தியாவே பெரும் கொந்தளிப்பில் பற்றி எரிந்து கொண்டிருந்த நேரம். மகான் காந்தி அவர்கள் உச்சகட்ட போரில் 'வாழ்வா சாவா' என காங்கிரஸ் பேரியக்கம் மூலம் விடுதலை உணர்வை தீப்பிடித்து எரியச் செய்து கொண்டிருக்க, இந்தியா முழுவதும் "வந்தே மாதரம்" "வந்தே மாதரம்" என எதிரொலித்துக் கொண்டிருந்த நேரம் அது.

ரஷ்யா நாட்டிற்கு எப்படி அக்டோபர் புரட்சி ஒரு விடிவெள்ளியாக அமைந்ததோ அதே போல இந்திய நாட்டு வரலாற்றில் ஆகஸ்டு புரட்சி வரலாறு சிறப்பு படைத்துக் கொண்டிருந்தது. மக்களிடையில் சுதந்திர உணர்வு தீவிரமடைந்து தீப்பிழம்பாய் உருமாறியது. இதற்குக் காரணம் இந்திய நாட்டு மக்களின் அனுமதி இல்லாமல் இந்தியா இரண்டாம் உலகப் போரில் பங்கேற்கும் என்று ஆங்கிலேய அரசாங்கம் அறிவித்தது தான். இதனை கடுமையாக எதிர்த்த காந்திஜி, அரசுக்கு ஒரு நிபந்தனை விதித்தார்.

"இந்திய நாட்டிற்கு உடனே சுதந்திரம் கொடுக்க வேண்டும் அதுவும் இன்றைக்கே, அப்படி செய்தால் மட்டுமே போரில் பங்கெடுப்பதை பற்றி நாங்கள் கலந்தாலோசிப்போம்" என்று, ஆனால் இதைக் கேட்டு கொதித்தெழுந்தது ஆங்கிலேய அரசு. காந்தியை தரைக்குறைவாக பேசிய பிரிட்டிஷ் பிரதமர் வின்ஸ்டன் சர்ச்சில், 'போரில் கலந்துகொள்ளாவிட்டால் அவ்வளவுதான் இந்தியாவை தீர்த்துக்கட்டிவிடுவேன்' என மிரட்டினார்.

மிரட்டலுக்கு அஞ்சாத காந்திஜி என் பின்னால் இந்தியாவே இருக்கிறது என ஒரு புன்னகையில் அவர் மிரட்டலை உடைத்துப்போட்டார். தொடர்ந்து ஆகஸ்ட் மாதம் 8 ஆம் தேதி பம்பாய் மாநகரில் இந்திய தேசிய காங்கிரஸ் மகாசபை கூடும் படியும் அதில் அனைத்து மாகாணத்தின் பிரதிநிதிகளும் கலந்துகொள்ளும்படி கடிதம் அனுப்ப

உத்தரவு போட்டார். கடிதங்கள் பல திக்கிலும் விரைந்தன. அதில் ஒன்று மெட்ராஸ் மாகாணத்தின் தலைவருக்கும் விரைந்தது. அந்த தபாலின் மீது எழுதப்பட்டிருந்த பெயரை அதைக் கொடுக்க வந்த தபால் காரனின் விரல்கள் தடவிப்பார்த்தன. பின் அவன் அந்த பெயருக்கு தன் உதட்டில் வைத்து ஒரு முத்தம் கொடுத்தான். ஆம் அந்த தலைவரின் பெயர் கர்ம வீரர் என காந்தியால் புகழப்பட்ட தமிழகத்தின் தனிப் பெரும் தலைவர் 'காமராஜர்'.

காந்தியின் கட்டளை ஏற்று மும்பையில் கூடியது காங்கிரஸ் மாநாடு. மக்கள் வெள்ளம் அலை மோதியது. மேடை முழுக்க தலைவர்கள்.

"வெள்ளையனே வெளியேறு" என்ற தீர்மானத்தை ஆரம்பித்து வைத்தார் நேரு. கடைசியாக பேசிய காந்தியடிகள் மக்களைப் பார்த்தார். "நீங்கள் எல்லோரும் சுதந்திரம் அடைந்து விட்டீர்கள் அதை நம்புங்கள், சுதந்திர இந்தியாவில் எப்படி நடமாடுவீர்களோ இன்றையிலிருந்து அவ்வாறே நடந்துக்கொள்ளுங்கள். ஒன்று சுதந்திரமாக நடமாட வேண்டும் இல்லையென்றால் நாட்டுக்காக நம் உயிர் பிரிய வேண்டும்" என முழங்கினார்.

விளைவு... மாறுநாள் அதிகாலை காந்திஜி, நேரு, சர்தார் வல்லபாய் படேல், மௌலானா அபுல்கலாம் ஆசாத், கஸ்தூரி பாய் போன்ற முக்கிய தலைவர்கள் உட்பட மாகாணத் தலைவர்கள் அனைவரும் சிறையில் அடைக்கப்பட்டனர். அவர்களை எந்த சிறைச் சாலையில் வைத்திருக்கிறார்கள் என்பதை யாருக்கும் தெரிவிக்காமல் ரகசியமாக வைத்திருந்தார்கள். பம்பாய் மாகாணமே கலவர பூமியாக மாறியது. கடை அடைப்பு, கற்களை வீசி தாக்குதல், அரசு வாகனங்களை தீயிட்டு கொளுத்துதல் என எங்கு பார்த்தாலும் நாடு முழுவதும் கலவரம்.

அப்போது தான் காமராஜர், மாநாடு முடிந்து பம்பாயிலிருந்து மெட்ராஸ் நோக்கி வரும் ரயிலில் பயணம் செய்துக் கொண்டிருந்தார். தலைவர்கள் அனைவரையும் கைது செய்த விவரம் அவர் காதுகளை எட்டியது. அடுத்து மெட்ராஸ் மாகாணத்தின் காங்கிரஸ் தலைவராகிய காமராஜரை கைது செய்ய காவலர் குழு தயாரானது. அதை அறிந்தவராக அடுத்து என்ன செய்வது என்று பயணத்தின் போதே திட்டம் தீட்டத் தொடங்கினார். அடுத்து ஆந்திரா தலைவர் என்.சஞ்சீவ ரெட்டி ஆந்திரா எல்லையை வந்தடைந்ததும் கைது செய்யப்பட்ட தகவலும் வந்தது. மெட்ராஸுக்கு சென்றால் நாமும் கைது செய்யப்படுவோம் என்று அவருக்கு தெளிவாகிவிட்டது.

அடுத்து ரயில் நின்ற எல்லா ஸ்டேஷனிலும் போலிஸ் கூட்டமாக தேடுவதையும் இந்தியில் காமராஜ், கமராஜை இதர்? தும் காமராஜ் ஹூம், என லட்டியால் ஜன்னலைத்தட்டி. விசாரிப்பதாக தகவல் வந்தது. உடன் வந்தவர்களை தனித்தனியாக பிரிந்து அமரச் சொல்லிவிட்டு தானும் இடம் மாற்றி சாதாரண பயணியாக காட்டிக்கொண்டார். அவர் மனதில் அப்போதிருந்த ஒரே விடயம் காந்தியின் வார்த்தை. கொடி ஏற்ற வேண்டும்.

எதிர்ப்பை தெரிவிக்கும் வகையில் ஆகஸ்ட் 9ம் தேதி இந்தியா முழுக்க காங்கிரஸ் கொடியேற்றப்பட வேண்டும் அதை முன்னிட்டுத்தான் அனைவரும் மும்பையிலிருந்து கிளம்பினர். கொடியேற்ற போகும் போதுதான் அனைத்து தலைவர்களும் கைது செய்யப்பட்டனர்.

இதை எப்படியாவது சென்னை மாகாணத்திற்கு சென்று மாவட்ட வாரியாக அனைத்து தலைவர்களிடமும் இதை பற்றி கூறி எல்லா மாகாணங்களிலும் காங்கிரஸ் கொடியை ஏற்ற சொல்ல வேண்டும். வழக்கமாக அனைவரையும் சென்னைக்கு இப்போதுள்ள நிலையில் வரவழைக்க முடியாது நாமே அனைவரிடமும் செல்ல வேண்டும். உள்ளம் ரயிலின் வேகத்துக்கு போட்டியாக ஓடியது. ரயிலும் அரக்கோணம் ரயில் நிலையத்தை வந்தடைந்தது.

சட்டென எழுந்தார். வழக்கம் போல ப்ளாட்பாரத்தில் போலீஸ் ஒவ்வொரு ஜன்னலாகத் தேடினர். சர்ரென எழுந்து கொண்டார். துண்டால் விவசாயி போல தலைப்பாகை கட்டிக்கோண்டார் தலைவர். வழிப்போக்கனாகவே தன் தோற்றத்தை மற்றிக்கொண்டார். பம்பாயில் நடந்த மாநாட்டிலிருந்து போராட்டத்துக்கு தேவையான நகல்களை ஒரு மூட்டையில் வைத்து அதை தன் கையோடு எடுத்து வந்தார். அந்த மூட்டையுடன் ரயிலில் இருந்து இறங்கி நடைமேடையில் நடக்க தொடங்கினார். சுற்றி பார்த்துகொண்டே பதட்டத்தை வெளியில் காண்பித்துக் கொள்ளாமல் என்ன நடந்தாலும் காவலர்கள் கையில் மட்டும் சிக்கக் கூடாது என்ற முடிவுடன் தைரியமாக போலிசார் முன் நடக்கத் துவங்கினார்.

அந்த துணிச்சலும் தைரியமும் சமயோசிதமும் நினைத்த காரியத்தை நிறைவேற துடிக்கும் ஆற்றலும் காந்தியின் மீதும் தேசத்தின் மீதான பற்றும் தான் அசல் காமராஜர். தன் லட்சியத்துக்காக உயிரையும் துச்சமாக நினைத்த மகத்தான தலைவர் வெளியே வந்தார். அருகிலிருந்த பேருந்து நிலையத்திற்கு சென்று ராணிப்பேட்டை சென்றடையும் பேருந்தில் ஏறி அமர்ந்தார். சிறிது நேரத்திற்கு பிறகு பேருந்து ராணிப்பேட்டையை நோக்கி புறப்பட்டது.

2. பிறவித் தலைவர்

கிழக்கிந்திய கம்பெனி மூலம் அன்றைய இந்தியாவுக்குள் ஆதிக்கம் செலுத்தி இந்திய நாட்டை அடிமையாக்கி நாட்டு மக்களை துன்புறுத்தி செல்வ செழிப்புடன் வலம் வந்து கொண்டிருந்தது ஆங்கிலேய அரசு. ஆங்கிலேயர்கள் வருகைக்கு முன்பு பல தரப்பட்ட மன்னர்களின் ஆட்சிக்கு உட்பட்டும், பல கலாச்சாரத்தை பின்பற்றி வாழ்ந்த மக்களாலும் இந்தியா தனது வரலாற்றை புதுப்பித்துக்கொண்டே வந்தது. அதன் விளைவாக பல மதங்கள், சாதிகள், கடவுள்கள் தோன்றின. அவர் அவர் நம்பிக்கைக்கு ஏற்ப மக்கள் பல பிரிவுகளாக வாழ்ந்து வந்தார்கள். ஆங்கிலேய அரசிடம் அடிமைப்பட்ட பிறகு, போதிய கல்வி வசதி இல்லாமல், உணவு இல்லாமல் வறுமையிலும் மக்கள் பல இன்னல்களுக்கு ஆளானார்கள். மூட நம்பிக்கைகள் பெறுகியது.

இந்தியாவின் சுதந்திரத்திற்கு பலர் போராடி மறைந்தார்கள், சிறை சென்றார்கள். ஆண்டுகள் கடந்தன, தலைமுறைகள் கடந்தன ஆனால் அடிமை முறை மட்டும் விளகவில்லை. போராட்ட குணத்தை இழக்காத இந்திய மக்களின் சுதந்திர உணர்வு 20ஆம் நூற்றாண்டில் மிக தீவிரமாக வலுப்பெற துவங்கியது. நாடு முழுவதும் ஆங்கிலேய அரசை விரட்ட மக்கள் ஒன்று திரண்டார்கள். ஆங்கிலேய அரசை எல்லா விதத்திலும் எதிர்த்து பல போராட்ட இயக்கங்கள் தோன்றி வலுபெற்றது. இதில் தமிழ்நாட்டின் பங்கும் இன்றியமையாதது.

அன்றைய தென்னிந்தியாவில் மெட்ராஸ் மாகாணம், திருவாங்கூர், கொச்சின், மைசூர், கூர்க், மற்றும் ஹைதரபாத் போன்ற மாநிலங்கள் மட்டுமே இருந்தன. வடக்கிழக்கில் விசாகப்பட்டினம் வரையிலும் மேற்கே மங்கலூர் வரையிலும் மெட்ராஸ் மாகாணத்தின் எல்லை விரிந்திருந்தது. பின் நாளில் இந்தியாவின் எதிர்காலத்தை, இந்திய மக்களை முன்னேற்ற பாதைக்கு அழைத்து செல்லக்கூடிய ஒரு மகத்தான தலைவர் இங்கிருந்துதான் வரப் போகிறார் என்ற எந்த அறிகுறியும் இல்லாமல் தமிழ் மக்கள் ஆங்கிலேயே அரசிடம் அடிமைப்பட்டு தினம் தினம் துன்புற்றார்கள்.

'கிங் மேக்கராக' ஏழை மக்களின் விடிவெள்ளியாக, அடிதட்டு மக்களின் அன்பை பெற்று அவர்களின் நாயகனாக இன்றும் நம் தமிழ்நாட்டு மக்களின் நெஞ்சங்களில் நீங்காத இடம் பிடித்தவர். காங்கிரஸ் கட்சியில் ஒரு சாதரண தொண்டராக ஆரமித்த இவருடைய அரசியல் பயணம் பின்னாளில் லால் பக்தூர் சாஸ்த்ரி, இந்திரா காந்தி போன்றோரை சுதந்திர இந்தியாவின் பிரதமராக தேர்ந்தெடுக்கும் அளவுக்கு வளர்ச்சியடைந்தது எப்படி? தொழில் வளர்ச்சி, கல்வி வளர்ச்சி, மின்சார திட்டம் என இவர் வகுத்த அனைத்து திட்டங்களும் இந்தியாவை உலகமே பார்த்து வியக்கும் வண்ணம் பெரிதும் உதவியது. இன்னும் எத்தனை தலைமுறைகள் தோன்றி மறைந்தாலும் தமிழ் மக்களுக்கும் இந்திய நாட்டுக்கும் இவர் செய்த அரசியல் கட்டமைப்பை எவராலும் நடத்த முடியாது என்பதே உண்மை. அந்த அளவுக்கு தன் தாய் நாட்டையும் தமிழ் மக்களையும் நேசித்தவர்.

1903 ஆம் ஆண்டு ஜூலை 15 ஆம் நாள் விருதுப்பட்டியில் குமாரசாமி மற்றும் சிவகாமி அம்மாள் தம்பதிக்கு பிறந்தவர் தான் 'பெருந்தலைவர் காமராஜர்'. தந்தை குமாரசாமி தனது குலதெய்வத்தின் பெயரான காமாட்சி என்ற பெயரையே முதலில் வைத்திருக்கிறார். ஆனால் சிவகாமி அம்மாள் 'ராஜா ராஜா' என்றே செல்லமாக அழைத்து வந்தார். சுற்றியிருந்த அக்கம் பக்கத்தினரும் அவ்வாறே அழைக்க, இரண்டையும் சேர்த்து வைத்துவிடலாம் என்று யோசித்த தந்தை குமாரசாமி காமாட்சி + ராஜா = 'காமராஜா' என்ற பெயரை வைத்தார். சிறிது காலம் கழித்து அவருக்கு நாகம்மாள் என்ற தங்கையும் பிறந்தார்.

தந்தை குமாரசாமி விருதுப்பட்டியில் தேங்காய் வியாபாரம் செய்து வந்தார். 1923 ஆம் வருடம் 'விருதுநகர்' என்று பெயர் மாற்றம் செய்யப்பட்டது. விருதுநகர், வியாபாரத்துக்கு பெயர் போன ஊர். அங்குள்ள மலைத்தோட்டங்களில் விலையும் பொருள்கள், உணவு பொருள்கள், கருங்கண்ணிப் பருத்தி, நல்லெண்ணெய், மிளகாய், வத்தல் முதலிய பொருள்கள் இங்கிருந்துதான் ஏற்றுமதி செய்யப்படுகிறது. அங்கு உள்ள பெரும்பான்மை மக்கள் வியாபாரத் தொழிலில் தான் ஈடுபடுவார்கள். ஆனால் சிறு வயது முதலே தனது தந்தையின் தோட்டத்தில் விளையாடி மற்ற எல்லா சிறுவர்களைப் போல சுற்றி திரிந்தாலும் காமராஜின் எதிர்காலம் யாரும் நினைத்து பார்க்க முடியாத பல திருப்பு முனைகளை உள்ளடக்கியிருந்தது.

தனது ஐந்தாவது வயதில், வேலாயுதம் என்ற வாத்தியார் நடத்திய திண்ணைப் பள்ளிக்கூடத்தில் சேர்ந்து படித்து வந்த போது அவருடைய வீட்டில் தொடர்ந்து இரண்டு பேர் அடுத்தடுத்து இறந்து போனார்கள். முதலில் அவருடைய தாத்தா சின்னப்ப நாடார், அடுத்ததாக அவருடைய தந்தை குமாரசாமி. குடும்பத்தை தாங்கிப் பிடித்துக்கொண்டிருந்த இந்த இரண்டு பேருடைய இழப்பை காமராஜால் ஏற்றுக்கொள்ள முடியவில்லை. காமராஜோ அப்போது சிறுவன். தாத்தா இறந்து சிறிது நாட்களிலே தந்தையும் இறந்ததால் அவருடைய குடும்பத்தினருக்கு என்ன செய்வது என்றே தெரியவில்லை. அந்த நேரத்தில் அவர்களுக்கு உதவியது காமராஜுடைய தாய் மாமா கருப்பையா. அவர் விருதுநகரில் ஜவுளிக்கடை வைத்து வியாபாரம் செய்து வந்தார். அவருடைய உதவியால் முருகையா என்ற ஆசிரியர் நடத்திவந்த ஏனாதி நாயனார் வித்யாசாலாவில் மீண்டும் தன் பள்ளி படிப்பை தொடர்ந்தார் காமராஜ். கொஞ்சம் கொஞ்சமாக தமிழ் மொழியை பற்றியும் தமிழை எழுதவும் படிக்கவும் இங்குதான் கற்றுத்தேர்ந்தார்.

சிறுவயதிலே மிகவும் துணிச்சல் மிக்கவருமாக அறிவாற்றலை பயன்படுத்தி எல்லாவற்றையும் கையாளும் பக்குவத்தை பெற்றிருந்தார். ஒருமுறை விருதுநகர் வீதியில் கோயில் யானை ஒன்று குளித்துவிட்டு வீதியில் நடந்து மீண்டும் கோயிலுக்கு திரும்பிய வண்ணம் இருக்க, என்ன ஆயிற்றோ தெரியவில்லை அந்த யானை திடீரென்று மதம் பிடித்தார் போல தனது தும்பிக்கையை மேலும் கீழுமாக உயர்த்தி அதிக ஓசையுடன் சத்தம் எழுப்பி அருகிலிருந்த கடைவீதிகளை நாசம் செய்து கொண்டிருந்தது. அருகிலிருந்த பாகனாலும் கூட அந்த யானையை கட்டுப்படுத்த முடியவில்லை. மக்கள் ஆளுக்கொரு திசையில் ஓடிய வண்ணம் இருக்க சம்பவ இடத்திற்கு எதேர்ச்சியாக வந்தார் காமராஜ். கோயில் யானை என்பதால் அடிக்கடி அந்த யானையை அவர் சந்தித்து உணவு கொடுப்பது காசு கொடுப்பது என முன்பே பழகியிருந்திருக்கிறார். ஆனால் இப்போதோ பாகனாலும் கூட கட்டுப்படுத்த முடியாத நிலையில் அந்த யானை வெறிபிடித்து ஆடிக்கொண்டிருக்க, ஒரு கனம் நிதானமாக யோசித்த காமராஜுக்கு ஏதோ யோசனை வந்தார் போல யானை கட்டிக்கிடக்கும் இடத்துக்கு விரைந்தார். யானை கட்டிவைக்கப் பட்டிருக்கும் சங்கிலி அங்கு இருப்பதை கவனித்தவர். உடனே அதை கையில் எடுத்துக்கொண்டு யானையை நோக்கி ஓடினார். வெறிபிடித்து ஆடிக்கொண்டிருந்த யானையின் முன்னால்

அதன் சங்கிலியை தூக்கி எறிந்தார். அதை பார்த்தவுடன் கோயில் யானை தனது ஆக்ரோஷத்தை இழந்து கொஞ்சம் கொஞ்சமாக நிதானத்துக்கு வந்தது. அருகில் இருந்த யானை பாகன் யானையை அழைத்துக்கொண்டு கோயிலை நோக்கி புறப்பட்டான்.

எப்போதும் தனது சங்கிலியுடனே கோயிலை சுற்றி வளம் வந்துக்கொண்டிருக்கும் யானை குளித்து முடித்து வரும்போது தனது சங்கிலியை காணவில்லையே என்று அலறியிருக்கும். சுற்றியிருந்த அனைவரும் பதற்றத்தில் இருக்க பாகனுக்கு கூட அதன் கோவத்தின் அர்த்தம் புரியவில்லை. ஆனால் எந்த பதற்றமும் இல்லாமல் அதற்கான காரணத்தை யோசித்த காமராஜ் என்ற சிறுவனால் அதை புரிந்துக்கொள்ள முடிந்தது. இந்த நிதானமும் பொறுமை குணமும் தக்க நேரத்தில் சரியான முடிவெடுக்கும் அறிவாற்றலும் தான் பின்னாளில் இந்தியாவை பற்றின மிக முக்கியமான முடிவுகளை எடுக்க அவருக்கு உதவியது.

தன் ஆரம்ப தொடக்கப் பள்ளி வகுப்பை முடித்துவிட்டு, சத்திரிய வித்யாசாலா என்ற உயர்நிலை பள்ளியில் சேர்ந்தார். அங்கு அடிக்கடி விசேஷ நாளில் பூஜை நடத்துவது வழக்கம். அப்படி ஒருமுறை பூஜை நடத்தப் போவதாக கூறி மாணவர்கள் அனைவரும் ஆளுக்கு ஒன்றரை அணா கொடுக்கும்படி பள்ளி நிர்வாகம் கேட்க, காமராஜும் தன் பங்கிற்கு ஒன்றரை அணா கொடுத்தார். பூஜை நாளன்று அனைத்து மாணவர்களும் பள்ளிக்கு வந்து பூஜையில் கலந்துக்கொண்டார்கள். கலந்துக்கொண்ட அனைத்து மாணவர்களுக்கும் பொரி, சுண்டல், பழம் போன்ற பொருள்கள் வழங்கப்பட்டது. ஆனால் மாணவர்கள் அனைவரும் வரிசையில் நிற்காமல் ஒருவரையொருவர் முண்டியடித்துக்கொண்டு வாங்கினார்கள். காமராஜுக்கோ இப்படி முண்டி அடித்துக்கொண்டு வாங்குவதில் துளியும் விருப்பமில்லாமல் கூட்டம் கலையும் வரை ஓரமாக நின்றிருந்தார். கடைசியாக கூட்டம் குறைந்தப் பிறகு அவருக்கு பிரசாதம் வழங்கப்பட்டது. அதில் பொரி மட்டுமே இருந்தது. கடைசியாக வாங்கியதால் சில பொருள்கள் தீர்ந்துப் போனது. காமராஜ் கொடுத்தவற்றை மட்டும் வாங்கிக்கொண்டு வீட்டுக்கு வந்து தனது பாட்டி பார்வதி அம்மாளிடம் கொடுத்தார். அவரோ அதை பார்த்துவிட்டு,

“மத்த பசங்க மாறி அதிகமா வாங்காம இப்படி கம்மியா வாங்கிட்டு வந்திருக்க?” என்று கேட்க

"கடைசியா போன, அவ்ளோ தான் இருந்துச்சு" காமராஜ்.

"சீக்கிரமா போய் வாங்க வேண்டிதான"

"சீக்கரமா போலனா என்ன பாட்டி, எல்லார்க்கிட்டையும் ஒன்றரை அணா காசு வாங்குராங்க அப்போ எல்லாமே எல்லார்க்கும் கிடைக்கனும்ல, எல்லாமே சமமா கொடுக்குற மாறி வாத்தியாருங்க பண்ணிருக்கனும்ல?"

என்று காமராஜ் கேட்ட கேள்விக்கு என்ன சொல்வது என்று தெரியாமல் பாட்டி திகைத்து நின்றார். எல்லாமே எல்லோருக்கும் கிடைக்க வேண்டும், அதுவும் சமமாக என்று பிடிவாதமாக இருப்பவர் தான் காமராஜ். அவருடைய எண்ணமும் செயலும் இதனை மையமாக வைத்தே தான் இயங்கியிருந்தது என்பதற்கு இது போன்ற பல நிகழ்வுகளை கூறலாம்.

3. அரசியல் ஆத்திச்சூடி

ஆறாம் வகுப்பு படித்து முடித்தவுடன் தனது பன்னிரெண்டாவது வயதில் பள்ளிப் படிப்பை நிறுத்திய காமராஜுக்கு அரசியல் நாட்டம் ஏற்பட்டது. தினமும் நாளிதழை படிப்பது அதை தனது நண்பர்களுடன் பகிர்வது என அவருடைய வாழ்க்கையில் அரசியல் பயணம் சூடு பிடிக்க, ஆங்கிலேயே அரசிடம் அடிமை பட்டுக்கிடக்கும் இந்திய நாட்டை மீட்டெடுக்க வேண்டும் என்ற எண்ணம் அவருக்குள் ஊர ஆரமிக்கிறது. ஆனால் அவரோ சிறுவன் என்ன செய்ய முடியும்? தன்னால் முடிந்த எல்லாவற்றையும் செய்தார். சுதேசிமித்ரன் போன்ற பல தமிழ் நாளிதழ் படித்து தன் அரசியல் அறிவை பெருக்கிக் கொண்டிருந்தார். பள்ளி படிப்பை நிறுத்திவிட்டு இப்படி அரசியல் பேசி சுற்றிக்கொண்டிருக்கும் தனது மகனை பார்த்த சிவகாமி அம்மாளுக்கு என்ன செய்வது என்று தெரியாமல் காமராஜுடைய தாய் மாமனிடம் சொல்ல, தனது ஜவுளிக்கடையில் வந்து வேலை பார்க்கும்படி கருப்பையா அவரை வீட்டிலிருந்து அழைத்துக் கொண்டு சென்றுவிட்டார்.

ஆனால் அங்குதான் அவர் அரசியல் வாழ்க்கையே ஆரம்பிக்கப்போகிறது என்று தெரியாமல் சிவகாமி தன் மகனை ஜவுளிக்கடை வேலைக்கு தன் தம்பி கருப்பையாவுடன் அனுப்பி வைத்தார்.

முதலாம் உலக போர் முடிவுக்கு வந்த தருணம் அது. ஆங்கிலேய அரசை எதிர்த்து போராடிக்கொண்டிருந்த அனைவரையும் ஒன்று சேர்க்கும் விதமாக காங்கிரஸ் கட்சி தேசிய அளவில் இயங்கிக் கொண்டிருந்தது. துடிப்புடன் இருக்கும் நாட்டு இளைஞர்கள் அனைவரையும் தன் வசம் ஈர்க்கும் வண்ணம் கட்சியின் மூத்த தலைவர்களும் மகாத்மா காந்தியடிகளும் நிறைய போராட்டங்களை நிகழ்த்திக்கொண்டிருந்தார்கள். பல இயக்கங்கள் தோன்றி பல போராட்டங்கள் நடத்தி நிறைய வழிகளில் அரசை எதிர்த்து வந்ததனால் தனக்கு எதிரான அனைத்து இயக்கத்தையும், போராட்டத்தையும் கட்டுப்படுத்த நினைத்த ஆங்கிலேய அரசு, சர் சிட்னி ரெளலட் என்பவரது தலைமையில் குழு ஒன்றை அமைத்தது.

அந்த சட்டத்தையும் எதிர்த்து அறவழியில் தன் போராட்டத்தை ஆரமித்தார் காந்தியடிகள்.

அதன் விளைவாக 1919 ஆம் ஆண்டு ரவ்லட் சட்டத்தை எதிர்த்து நாடு முழுவதும் பல போராட்டங்கள் நடைபெற்றது. அதுவரை கொள்கை ரீதியாக மனதளவில் காங்கிரஸ் கட்சியை ஆதரித்த காமராஜ், தனது மாமா கருப்பையாவின் ஜவுளி கடையில் வேலைப் பார்த்துக்கொண்டே போராட்டத்தில் ஈடுப்பட்டு நேரடியாக அரசியல் களத்தில் குதித்தார். பஞ்சாப் படுகொலை நிகழ்ந்து ஆங்கிலேய அரசை எதிர்க்கும் அவருடைய எண்ணங்களுக்கு மேலும் வலு சேர்த்தது. நாட்டுக்காகவும் காங்கிரஸ் கட்சிக்காகவும் தன் வாழ்க்கையை முழுமையாக அர்ப்பணிக்க வேண்டும் என்று முடிவு செய்தார். தினம் தினம் காங்கிரஸ் நடத்தும் பொது கூட்டத்துக்கு செல்வது, மாநாட்டுக்கு செல்வது, இந்திய தலைவர்களின் மேடை பேச்சை கேட்ப்பது என தன் வாழ்க்கையை முழுவதுமாக திசை திருப்பினார்.

அதற்கு அடுத்து நடந்த ஒத்துழையாமை போராட்டத்தில் பங்கேற்றுக் கொண்டு காங்கிரஸில் நிலையான ஒரு தொண்டராக தன்னை எல்லோருக்கும் அறிவித்துக்கொண்டார். அதன் பிறகு மதுரையில் நடந்த கள்ளுக்கடை மறியல் போராட்டம், நாகபுரி கொடிப் போராட்டம் என அனைத்திலும் பங்கெடுத்து சாத்தூரில் தாலுகா காங்கிரஸ் செயலாளராக உயர்ந்தார். அப்போது நடந்த ஒரு பொது குழு கூட்டத்தின் மேடையில் தான் தீரர் எஸ். சத்தியமூர்த்தியை முதல் முதலில் சந்திக்கிறார். அவருடைய பேச்சை ஆர்வமிக்க கேட்ப்பார். அதன்மூலம் அவருடைய சிந்தனையை, செயலை இவரும் கடைப்பிடிக்க ஆரமித்தார். பின் நாளில் அவரையே தன் அரசியல் குருவாக ஏற்றுக்கொண்டார்.

ஈ.வெ.இராமசாமி என்ற பெரியார் அந்த காலகட்டத்தில் தான் தமிழ்நாடு காங்கிரஸ் கட்சியின் செயலாளராக இருந்தார். சாத்தூரில் நடந்த தாலுகா காங்கிரஸ் மாநாட்டில் பங்கேற்ற பெரியார் மாநாட்டிற்கான அனைத்து வேலைகளையும் சிறப்பாக செய்து முடித்த காமராஜை கேள்விப் பட்டு அருகில் அழைத்து பாராட்டியும் இருக்கிறார். அப்போது பெரியாருடைய பேச்சைக் கேட்டு அவருடைய சிந்தனையையும் மிக ஆழமாக கவனிக்க தொடங்கினார் காமராஜ்.

மகனின் அரசியல் போக்கு பெற்ற தாய்க்கு சோகத்தையே தந்தது. தன் மகனின் எதிர்காலம் கேள்விக்குறியாகிவிடுமோ என்று பயந்தார். அதனால் அவருக்கு ஒரு கல்யாணம் செய்து வைத்தால் எல்லாம் சரியாகிவிடும் என்று அக்கம் பக்கத்தினரும் உறவுனர்களும் சொன்னதை கேட்டு அவருக்கு ஒரு பெண் பார்க்க ஆரமித்தார். ஆனால் இந்த விஷியம் காமராஜுக்கு தெரியாது. தன் மகனின் நீண்ட கனவை பற்றியும் எண்ணங்களை பற்றியும் சற்றும் அறியாத சிவகாமி அம்மாள் அவரே பெண்ணை பார்த்து வைத்து கல்யாண தேதியையும் குறித்துவிட்டார். கல்யாணத்திற்கு சிறிது நாட்களே இருந்த நிலையில் அப்போது தான் அவருக்கு இந்த செய்தியை தெரிவித்தார்கள். உடனே பொங்கி எழுந்த காமராஜ் தன் தாயாரிடம் அதுவரை வெளிப்படுத்தாத கோவத்தை வெளிப்படுத்தி திருமணத்தை புறக்கனித்தார். மீண்டும் அவரை வற்புருத்தியதனால்,

“இனிமே கல்யாண பேச்சு எடுத்தா நான் இந்த வீட்டுக்கே வரமாட்டன், எல்லாத்தையும் தூக்கி எறிஞ்சிட்டு, நீங்க யாருமே எனக்கு வேணாம்னு எங்கையாவது போய்டுவன்”

என்று கண்டிப்பான குரலுடன் மிகவும் ஆக்ரோஷமாக தன் கோவத்தை தாயாரிடம் வெளிப்படுத்தினார். அப்படி ஒரு கோவத்தை தன் மகனிடம் இதுவரை பார்த்திராத சிவகாமி அம்மாள் அதன்

பிறகு அவருடைய திருமணப் பேச்சை பற்றி வாழ்நாள் முழுவதும் எதுவுமே கூறியது கிடையாது. தாய் நாட்டிற்கு சுதந்திரம் வராமல், நாட்டு மக்கள் அனைவரும் அடிமை வாழ்வு வாழ்ந்து கொண்டிருக்கும் போது அவர்களுக்காக போராடப் போகும் நான் மட்டும் கல்யாணம் செய்து சந்தோஷமாக வாழ நினைப்பது இந்த நாட்டுக்கும் நாட்டு மக்களும் நான் செய்யும் துரோகம் என்று நினைத்ததால் தான் காமராஜ் அப்படி ஒரு முடிவு செய்தார்.

ஆனால் அவருடைய மாமாவுக்கும் காமராஜின் அரசியல் போக்கு பிடிக்கவே இல்லை. காமராஜின் இன்னொரு தாய்மாமனான காசி நாராயணன் என்பவர் திருவனந்தபுரத்தில் கடை வைத்து வியாபாரம் செய்து வந்தார். அங்கு காமராஜை அனுப்பி வைத்து விட்டால் அவருடைய அரசியல் வாழ்க்கையை கொஞ்சம் திசை திருப்ப உதவும் என்று நினைத்து அவரை திருவனந்தபுரத்துக்கு அனுப்பி அவருடைய அரசியல் ஆர்வத்தை முட்டுகட்டைப் போட நினைத்தார். ஆனால் காமரஜோ காட்டாற்று வெள்ளம் போல தன் கனவுகளை தேடி ஓடிக்கொண்டிருந்தார். திருவனந்தபுரம் சென்று தன் மாமா கடையில் வேலை செய்து வந்தவருக்கு காலம் ஒரு மகத்தான போராட்டத்தில் பங்கேர்க்கும் வாய்ப்பு அளித்துள்ளது என்பது அங்கு வரும்போது அவருக்கு தெரியவில்லை. அப்போது மெட்ராஸ் மாகாணத்தின் காங்கிரஸ் தலைவராக இருந்த பெரியார் நடத்திய வைக்கம் போராட்டம் தான் அது.

கடையில் வேலை பார்த்துக்கொண்டிருந்தவருக்கு திடீரென்று வந்தது அந்த செய்தி. உடனே கடையிலிருந்து வெளியேறி போராட்டம் நடக்கும் இடத்துக்கு புறப்பட்டார். அறவழியில் நடந்த அந்த போராட்டத்தில் கலந்துக்கொண்டு பெரியாருக்கு ஆதரவாக குரல் கொடுத்து தாழ்த்தப்பட்ட மக்களுக்கு நடக்கும் அநீதிக்கு எதிரிகாவும் தன் எதிர்ப்பை தெரிவித்தார். அந்த போராட்டத்தில் கலந்துக்கொண்ட நிறைய பேர் கைது செய்யப்பட்டார்கள். ஆனால் காமராஜ் கைதாகவில்லை. எங்கு சென்றாலும் அரசியலில் பங்கேற்றுக்கொண்டும் போராட்டங்களில் கலந்துக்கொண்டும் இருப்பதனால் அவருடைய மாமா இனி திருவனந்தபுரத்தில் இருப்பதும் சரியாக இருக்காது என்று முடிவு செய்து மீண்டும் விருதுநகருக்கு அழைத்து வந்துவிட்டார்.

இப்படி எந்த இடத்துக்கு போனாலும் அரசியல் சிந்தனையிலிருந்தும் அரசியல் ஈடுபாட்டிலிருந்தும் தன் முடிவுகளை மாற்றிக்கொள்ளாமல்,

காங்கிரஸ் கட்சியில் நடக்கும் எல்லா நிகழ்ச்சிகளிலும் கலந்துக்கொண்டு கொஞ்சம் கொஞ்சமாக அப்போது இருந்த முக்கிய தலைவர்களுடன் தொடர்பு ஏற்படுத்தி தன்னை நிலை நாட்டிக்கொண்டார். இதனால் கட்சியினுள்ளும் காமராஜுடைய பெயர் எல்லோருக்கும் பிரபலமாகியது. இச்சமயத்தில் தான் இன்னொரு சம்பவம் அவர் வாழ்க்கையில் திருப்பு முனை உண்டாக்கியது

அதை உண்டாகியது ஜென்ரல் நீல் சிலை.

1857ல் ஆங்கிலேய அரசை எதிர்த்து முதல் சுதந்திர போரான சிப்பாய் கலகம் நடந்தபோது, அந்த போராட்டத்தில் பங்கேற்ற மக்களை, ஜெனரல் நீல் என்பவன் தன் அடக்குமுறையை ஏவி பல இந்தியர்களை கொன்றுகுவித்தான். அந்த கொடூரன் ஜெனரல் நீலுக்கு பிரிட்டிஷ் அரசாங்கம் இப்போது உள்ள மவுண்ட் ரோட்டில் சிலை எழுப்பியது. அந்த சிலையை அகற்ற வேண்டும் என்று காங்கிரஸ் கட்சிக்காரர்கள் போராட்டம் நடத்த திட்டமிட்டார்கள். காமராஜ் இந்த போராட்டத்துக்கு தலைமை தாங்கினார். போராட்டம் நடத்தும் வழிமுறைகளை ஆலோசிக்க 1928 ஆம் ஆண்டு மெட்ராஸ் வந்த காந்தியடிகளை சந்தித்தார். வன்முறை எதுவும் நிகழாமல் அற வழியில் தான் போரட்டம் நடக்க வேண்டும் அதற்கு வேண்டியதை செய்யுங்கள் என்று கூறி காமராஜை போராட்ட கலத்திற்கு வழி அனுப்பி வைத்தார் காந்தியடிகள்.

ஆனால் நடந்ததோ வேறு. போராளிகளின் உணர்ச்சி கரையை உடைத்து ஆர்ப்பரித்து மேலெழும்பியது 1928 ஆம் ஆண்டு செப்டம்பர் 1 ஆம் நாளில் துணிச்சல் மிக்க தீர மங்கை ஒருவர் சிலையின் மீதேறி ஜென்ரல் நீலின் கைகளை உடைத்தார்.

ஆம் அவர் தான் காந்தியடிகளால் தென்னாட்டின் ஜான்சிராணி என போற்றப் பட்ட அஞ்சலை அம்மாள்.

சமீபத்தில் கூட நடிகர் விஜய் அவர்களின் த.வெ.க புதிய கட்சி தன் முதல் மாநாட்டின் போது காமராஜருக்கு வைத்த கட் அவ்ட் அருகே அஞ்சலை அம்மா அவர்களின் கட் அவுட்டையும் நிறுத்தியிருந்த போது பலரும் அவர் யார் அவருக்கு ஏன் இந்த பெருமை என கேட்டிருந்தார்கள்.

இப்படியாக ஜெனரல் நீல்சிலை எதிர்ப்பு போராட்டம் மிகப்பெரிய வெற்றி பெற்ற நிலையில் காமராஜர் என்ற பெயர் காங்கிரஸ் தலைமைக்கு உற்சாகத்தைக் கொடுத்தது. தொடர்ந்து, சைமன்

குழுவை எதிர்த்து மற்றும் வரிசையாக நடந்த அடுத்தடுத்த போராட்டங்கள் என முழுக்க முழுக்க காங்கிரஸ் கட்சியுடன் சேர்ந்து ஆங்கிலேய அரசை எதிர்த்து வந்தவருக்கு தன் தாயர், வீடு, குடும்பம் என எல்லாமே மறந்து போனது. கட்சி அலுவலகமே வீடாயிற்று. நாட்டைப் பற்றியும் சுதந்திரத்தைப் பற்றியும் இரவு முழுவதும் பேசிக்கொண்டிக்க, இப்படியாக தன் சொந்த வாழ்க்கையைப் பற்றி பெரிதும் அக்கறை கொள்ளாமல் கட்சிப் பணியை செய்து கொண்டிருந்த காமராஜுக்கு கட்சிக்குள் நற்பெயர் ஏற்பட்டது. தலைவர்களுடைய நம்பிக்கைக்குரிய ஆளாக மாற, விருதுநகர் காங்கிரஸ் தொண்டர்களின் நட்ச்சத்திர நாயகனாகவும் மாறினார்.

அடுத்ததாக ஆங்கிலேய அரசை எதிர்த்து வரலாற்று சிறப்பு மிக்க ஒரு போராட்டத்தை காந்தியடிகள் நிகழ்த்தினார். அதுதான் 'உப்பு சத்தியாகிரகம்'. உப்பு வரிக்கு எதிர்ப்பு தெரிவிக்கும் வகையில் காந்தியின் தலைமையில் தண்டியை நோக்கி ஒரு பெருங்கூட்டம் படையெடுத்தது. மெட்ராஸ் மாகணத்தில் ராஜாஜி தலைமையில் வேதாரண்யத்தை நோக்கி ஒரு படை கிளம்பியது. அதில் காமராஜும் பங்கேற்றார். போரட்டத்தில் பங்கேற்ற அனைவரையும் பிரிட்டிஷ் அரசு தடியடி நடத்தி கலைத்தது. அந்த போராட்டத்தின் போது காமராஜ் கைது செய்யப்பட்டார். அதுதான் காமராஜின் முதல் சிறை வாசம்.

இரண்டாண்டு காலம் அவரை அலிப்பூர் சிறையில் அடைத்து வைத்து கொடுமைப் படுத்தினார்கள். அப்போது காமராஜை நினைத்து அவர் தாயார் சிவகாமி அம்மாளும் பாட்டி பார்வதி அம்மாளும் துன்பத்தில் வாடினார்கள். அதன் கரணமாக பாட்டிக்கு உடல் நிலை மோசமானது. படுத்த படுக்கையாக இருந்தார். காமராஜின் விடுதலையை எதிர்பார்த்து விருதுநகர் காங்கிரஸ் தொண்டர்களும் காத்திருந்த நிலையில், அவருடைய சிறுவயது நண்பர் முருக தனுஷ்கோடி மற்றும் நாட்டாண்மை துரைசாமி என்பவரும் அலிப்பூர் சிறை சென்று காமராஜை சந்தித்தனர். பாட்டியின் உடல்நிலை மோசமாக இருப்பதாகவும் பரோலில் வெளியே வந்து பாட்டியை பார்த்து விட்டு போகும் படி தனுஷ்கோடி கேட்க, பரோலில் வெளிவர மறுத்து சிறையிலே இருந்தார் காமராஜ். எந்த வித குறுக்கு வழியையும் பயன்படுத்தி வெளிவர விருப்பமில்லாதவர், அதுமட்டுமின்றி தன்னுடன் போராடிய நிறைய பேர் சிறையில் இருக்கும்போது நான் மட்டும் வெளியே வந்தால் அது நியாயமாக இருக்காது என்று முடிவு செய்து அவர் அவ்வாறு பதில் கூறியிருக்கிறார்.

உப்பு சத்தியாகிரக போராட்டத்தில் சிறை சென்றவர்களை விடுவிக்கும் வகையில் காந்தி ஒரு முடிவு செய்தார். அதன் விளைவாக 1931 ஆம் ஆண்டு காந்தி-இர்வின் ஒப்பந்தம் கையெழுத்தானது. அதனால் சிறை சென்ற அனைவரையும் விடுவிக்க ஆங்கிலேய அரசு முன் வந்தது. சிறையிலிருந்து காமராஜும் விடுதலை ஆனார். விருதுநகர் வந்தடைந்த காமராஜை காங்கிரஸ் தொண்டர்கள் மற்றும் மக்கள் அனைவரும் மகிழ்ச்சியாக வரவேற்றார்கள். இந்த நிகழ்வின் பிறகு தொண்டர்களை தாண்டி எளிய மக்கள் மனதிலும் தன்னை நிலைநிறுத்தி மக்களின் நம்பிக்கைகுரிய ஆளாக மறினார் காமராஜ். அதுவரை காமராஜ் என்று அழைத்தவர்கள் ‘காமராஜர்’ ஆக அவரை அடையாளப் படுத்தினார்கள்.

4. என் தலைவர் சத்தியமூர்த்தி

பிராமணர்களை எதிர்த்து 1916 ஆம் ஆண்டு சி. நடேசன் என்பவரால் ஆரமிக்கப்பட்டது தான் நீதிக் கட்சி. பின் ஆங்கிலேயர்கள் அறிமுகப்படுத்திய இரட்டை ஆட்சி முறையினால் மெட்ராஸ் மாகாணத்தில் மக்கள் செல்வாக்கை பெற்று ஆட்சியை அமைத்தது. காமராஜர் போன்ற வளர்ந்து வரும் இளைஞர்களைத் தவிர மற்ற எல்லோருமே நீதிக் கட்சியை ஆதிர்த்த வண்ணமே இருந்தனர். விருதுநகர் நீதிக் கட்சியின் கோட்டையாக, மக்களின் பேராதரவுடன் இயங்கிக்கொண்டிருந்தது. அதற்கிடையில் தான் காமராஜர் துடிப்பான இளைஞராக காங்கிரஸ் கட்சியில் சேர்ந்து, அவரே வீதி வீதியாக சென்று தண்டோரா போட்டு மாநாடுகளை, போராட்டங்களை அறிவித்து மக்கள் மத்தியில் கடின உழைப்பாளியாக வேரூன்றி நின்றார். அதனால் நீதிக் கட்சியை சேர்ந்தவர்கள் காமரஜருக்கு நிறைய துன்பங்களை விளைவித்தனர். உள்ளூரிலே எதிரிகள் அதிகமாயினர். ஆனால் காந்திய சீடரான காமராஜர் அதை பற்றி எல்லாம் பெரிதும் கவலைப்படாமல் அறவழியில் நின்று அந்த துன்பங்களை கையாண்டு காங்கிரஸ் கட்சிக்காக, மக்களின் பேராதரவுக்காக கடுமையாக உழைத்தார்.

சிறையிலிருந்து வெளியே வந்த காமரஜருக்கு மக்கள் மத்தியில் பெரிய வரவேற்பு கிடைத்தாலும், காவலர்கள் கண்களுக்கு அவர் புது போராளியாக தோன்றினார். மிகவும் உத்வேகமாக செயலாற்றும் இந்த இளைஞனின் போக்கு காவலர்களுக்கு அச்சத்தை ஏற்படுத்தியது. அதனால் காமராஜர் மீது பொய்யான ஒரு சதி வழக்கை போட்டு அவரை சிறையில் வைக்க திட்டுமிட்டு அதனை வெற்றிகரமாக செயலாற்றினார்கள். மீண்டும் சதி வழக்கில் காமராஜர் கைதாகி வேலூர் சிறைச் சாலைக்கு கொண்டு செல்லப்பட்டார். அங்குதான் பகத்சிங்கின் தோழர்களான ஜெயதேவ்கபூர், கமல்நாத் திவாரி போன்றவர்களிடன் உரையாடி நட்பு ரீதியாக தொடர்பை ஏற்படுத்துக் கொள்கிறார்.

'வங்காளத்தில் ஜான் ஆன்டர்சன் என்ற ஆங்கில அதிகாரி மக்களுக்கு எதிராக அவர்களை துன்புறுத்தி நிறைய கொடுமைகள் செய்துள்ளார். இப்போது அவர் ஓய்வு பெற்றிருக்கும் காரணத்தால்

உதகமண்டலத்தில் வந்து சிறிது நாட்கள் தங்கிவிட்டு செல்வதாக இருந்தார். மக்களுக்கு துன்பம் விளைவித்த ஜான் ஆன்டர்சன் மீது காமராஜரும் அவர் கூட்டாளிகள் இன்னும் சில பேரும் அவரை கொலை செய்வதற்கான முயற்சிகளில் ஈடுப்பட்டனர். காமராஜர் தான் அனைவருக்கும் துப்பாக்கி வாங்கிக் கொடுத்து தலைமை தாங்கினார்' இதுதான் அவர் மீது சுமத்தப்பட்ட பொய்யான குற்றச்சாட்டு.

காவல் துறையினர், காமராஜருக்கு ஆயுள் தண்டனை அல்லது தூக்கு தண்டனை வாங்கித் தர வேண்டும் என்று எண்ணினார்கள். ஆனால் அந்த நேரத்தில் மெட்ராஸ் மாகாணத்துக்கு வருகை தந்த காந்தியடிகள், காமராஜரை பற்றியும் காங்கிரஸ் தொண்டர்கள் நிலைமையையும் கேள்விப்பட, உடனே அவருடைய நெருங்கிய நண்பரான ஜார்ஜ் ஜோசப் என்ற வழக்கறிஞரை சந்தித்து அவர்களை சிறையில் இருந்து விடுவிக்க முயற்சி செய்யும்படி கூறுகிறார். அதன் பிறகு ஜார்ஜ் ஜோசப் வாதாடி, "காவல்துறையினர் சமர்பித்த ஆதாரம் நம்பத்தகுந்ததாக இல்லை" என்று நீதிபதி தீர்ப்பு வழங்கி அனைவரையும் விடுதலை செய்ய வழிவகுக்க பெரிதும் உதவினார்.

ஆரம்பத்தில் இருந்தே இரட்டை ஆட்சி முறையை எதிர்த்து வந்த காங்கிரஸ் எந்த தேர்தலிலும் போட்டியிடவில்லை. அதனால் காங்கிரஸ் கட்சிக்குள்ளே இருக்குழுவாக பிரிந்து, காமராஜருடைய அரசியல் குருவான தீரர் சத்தியமூர்த்தி தலைமையில் சுயாட்சி கட்சியை ஆரமித்து தேர்தலில் போட்டியிட முடிவு செய்தார்கள். அதன் படி நீதிக் கட்சியின் பெரும்பானமையை இழக்க செய்து சுயாட்சி கட்சி *1934* ஆம் ஆண்டு நடந்த தேர்தலில் போட்டியிட்டு மக்களின் பேராதரவுடன் வென்றது. ஆனால் இரட்டை ஆட்சி முறையை எதிர்த்து ஆட்சி அமைக்க மறுத்துவிட்டது. அதனால் மீண்டும் நீதிக் கட்சியே ஆட்சி செய்ய நேரிட்டது. பின் இருக்குழுவாக இருந்த காங்கிரஸ் அணி மீண்டும் ஒன்று சேர்ந்துக் கொண்டது.

5. முதல் வெற்றி

சத்தியமூர்த்தியின் தலைமையில் தேர்தல் வேலைகளை ஆரம்பித்த காமராஜர் மக்கள் மத்தியில் மிகுந்த செல்வாக்கு பெற்றார். அவரின் உழைப்பை காங்கிரஸ் கட்சியில் உள்ள அனைவரும் பாராட்டினார்கள். அவருடைய உழைப்பால் காங்கிரஸ் பெருவாரியான வாக்குகளை சேகரித்தது என்பதும் அசைக்க முடியாத உண்மை. அதன் பிறகு கட்சிக்குள் எந்த முடிவு எடுத்தாலும் காமராஜருடைய ஆலோசனை இல்லாமல் நிறைவேற்றமாட்டார்கள். அந்த அளவுக்கு தன் உழைப்பால் கட்சிக்குள் உயர்ந்தார். தீரர் சத்தியமூர்த்தியுடன் நெருங்கிப்பழகி அவருடைய அன்பையும் நம்பிக்கையையும் பெற்றார். கட்சிக்குள் தன்னை ஒரு நிலையான ஆளாக பதியவைத்து முன்னேறிக் கொண்டே இருந்தவருக்கு ஒரு மகத்தாண வாய்ப்பு கிடைத்தது. 1936ல் காரைக்குடியில் நடந்த காங்கிரஸ் கமிட்டி தேர்தலில் தீரர் சத்தியமூர்த்தி தலைவராக ஒருமனதுடன் தேர்ந்தெடுக்கப்பட்டார். செயலாளர்களில் ஒருவராக காமராஜரும் தேர்ந்தெடுக்க பட்டு தமிழக காங்கிரஸ் கமிட்டியின் செயலாளராக பொறுப்பேற்றார். அதுவரை மாகாணவரையுலும் தன் பெயரை நிலை நாட்டிக்கொண்டு வந்த காமராஜர் இப்போது தேசிய அளவில் காங்கிரஸுக்காக உழைக்க ஆரமித்தார். அதனால் மற்ற மாநிலங்களிலும், வட இந்தியாவிலும் உள்ள முக்கிய தலைவர்களுக்கும் காமராஜருடைய புகழ் பரவியது.

இந்த நேரத்தில் தான் ஆங்கிலேய அரசு தேர்தல்களில் சில மாற்றங்களை அறிவித்தது. காங்கிரஸ் கட்சி வெகு நாட்களாகவே கோரிக்கை வைத்துக் கொண்டிருக்கும் இரட்டை ஆட்சி முறை ஒழிப்பு தான் அது. அதுவரை இருந்த இரட்டை ஆட்சி முறையை தகர்த்திவிட்டு மாநில சுயாட்சி முறையை அமல்படுத்தியது ஆங்கிலேய அரசு. இது காங்கிரஸ்காரர்களுக்கு மிகுந்து சந்தோஷத்தை அளித்தது. அதுவரை தேர்தலில் போட்டியிடாமல் இருக்கும் எண்ணத்தை அழித்து தேர்தலில் பங்கேற்கும் ஆசையை உந்தித்தள்ளியது.

நீதிக் கட்சி பிராமணர்களை எதிர்த்து ஆரமிக்கப்பட்டிருந்தாலும் காலப்போக்கில் அதில் செல்வந்தர்கள், எஜமானர்கள் என பலருடைய சிந்தனையின் கீழ் இயங்கி வந்ததால் எளிய மக்களின் ஆதரவை இழந்தது. அந்த காலக்கட்டத்தில் மக்களின் தேசிய உணர்வு

பொங்கி எழுந்து ஆங்கிலேய அரசை வீழ்த்துவதற்காக துடிப்புடன் இருந்தது. ஆனால் ஆங்கிலேய அரசை எந்த வகையிலும் பெரிதும் எதிர்க்காத நீதிக் கட்சியை மக்கள் புறந்தள்ளினர். போராட்டம், இயக்கம் என எப்போதும் எல்லா வழிகளிலும் ஆங்கிலேய அரசை எதிர்த்து வரும் காங்கிரஸ் மீது மக்கள் பார்வை பட ஆரமித்தது. விருதுநகரை உள்ளடக்கிய சாத்தூர் தொகுதியில் காமராஜரும் போட்டியிட்டார். காங்கிரஸ் கட்சியை விரும்பாத ஆங்கிலேய அரசு எப்படியும் நீதிக் கட்சிதான் வெற்றிபெறும் என்று நம்பிக்கையுடன் இருந்தது. ஆனால் வரலாறு சிறப்புமிக்க ஒரு முடிவை தமிழக மக்கள் கொடுத்தனர்.

நீதிக் கட்சியின் கோட்டையாக விளங்கிய விருதுநகரில், சாத்தூர் தொகுதியில் போட்டியிட்டு மக்களின் பேராதரவுடன் வெற்றிபெற்றார் காமராஜர். அதுமட்டுமின்றி மெட்ராஸ் மாகாணத்தின் பெரும்பான்மையை காங்கிரஸ் கைப்பற்றி வரலாறு சிறப்பு படைத்தது. அதன் விளைவாக காங்கிரஸ் கட்சி *1937* ஆம் ஆண்டு நடந்த முதல் மாநில சுயாட்சி தேர்தலில் வெற்றிபெற்று ஆட்சி அமைத்தது. மெட்ராஸ் மாகாணத்தின் முதல் அமைச்சராக காந்திஜியின் நெருங்கிய நண்பரான ராஜாஜி என்ற இராஜகோபலாச்சாரியர் பதவியேற்று அமைச்சரவையை நிறுவினார். அதுவரை காங்கிரஸ் கட்சியை சேர்ந்த நிறைய பேர் காவலர்களால் சிறையில் தண்டிக்கப்பட்டு அவமானப் படுத்தப்பட்டு துன்புற்றார்கள், இன்று அதே காவலர்கள் கை தூக்கி சல்யூட் அடிக்கும் வண்ணம் சட்டப்பேரவையை நோக்கி விரைந்துக் கொண்டிருந்தார்கள் வெற்றியாளர்கள். அதில் காமராஜரும் ஒருவர்.

சாத்தூர் தொகுதியில் காமராஜர் வெற்றிபெற்றதை அடுத்து மக்கள் மகிழ்ச்சி வெள்ளத்தில் திலைத்தார்கள். அவருடைய வெற்றியை தன் சொந்த வெற்றியாக நினைத்து ஒவ்வொருவரும் கொண்டாடினார்கள். அவருக்கு மாலை அணிவித்து ஊர்வலமாக அழைத்து வர விரும்பினார்கள். மக்களின் விருப்பத்திற்காக அதை ஒத்துக்கொண்டார். குதிரையால் கட்டப்பட்ட சாரட் வண்டியில் அவரை ஏற்றி ஊர்வலம் வந்தார்கள். தன்னை வெற்றிபெற வைத்த மக்களிடம் நன்றியையும் நம்பிக்கையையும் விதைத்த வண்ணம் காமராஜர் வந்துக்கொண்டிருக்க அனைவரும் அதிர்ச்சி அடையும் வண்ணம் அங்கு ஒரு அசம்பாவிதம் நடந்தது. அது காமராஜரை கொலை செய்வதற்கான முயற்சி.

ஆம்... தெப்பக்குளம் என்ற இடத்தின் கீழ்பகுதியில் ஊர்வலம் வந்துக்கொண்டிருக்க காமராஜருக்கு சட்டென்று ஏதோ தவறு நடக்க போவதாக அவர் உள்மனது உணர்த்தியது. நெடுந்தூரம் வரை மக்கள் கூட்டம் அவரை சூழ்ந்து நின்றது. ஆனாலும் கூட்டத்தை உற்று கவனித்தார். மக்களை தவிர கலகக்காரர்கள் யாராவது கூட்டத்தில் இருக்கிறார்களா? என்ற சந்தேகத்துடன் பார்த்தார். நொடி பொழுதில் ஆகாயத்திலிருந்து எங்கிருந்தோ அக்னி திரவம் ஒன்று பாட்டிலில் அடைக்கப்பட்டு அவரை நோக்கி பறந்து வந்தது. அவரை பிடிக்காத ஒரு கும்பல் அவர் வெற்றியை தாங்கிக் கொள்ள முடியாத ஒரு கூட்டம் அவரை கொலை செய்ய முயற்சித்தது. பாய்ந்து வரும் அக்னி திரவத்தை பார்த்த காமராஜர், சொடக்கு போடும் நேரத்திற்குள் முன்னோக்கி நகர்ந்துக் கொண்டிருந்த குதிரையை, அதன் கழுத்தில் கட்டப்பட்டிருக்கும் கயிற்றை தன் இருக்கையால் இழுத்துப் பிடித்து, சென்று கொண்டிருந்த வண்டியை நிறுத்தினார். பறந்த வந்த அந்த அக்னி திரவம் குதிரையின் முன்னால் அதன் காலடியில் விழுந்து வெடிக்க, தீப்பிழம்பு மலமல வென ஆகாயத்தை நோக்கி உயர்ந்தது. கூடியிருந்த மக்கள் அலற, நெருப்பை பார்த்த குதிரையும் முன்னங்கால்களை தூக்கி பெரு ஒலியெழுப்பி அலறியது. சுற்றியிருந்தவர்கள் பயந்துபோன குதிரையை அடக்கினார்கள். ஆனால் அந்த கூட்டத்தில் யார் இதை எறிந்திருப்பார் என்று காமராஜர் கூட்டத்தையே பார்த்துக்கொண்டிருக்க, அதற்குள் அவர் மேல் அதிக பாசமும் அக்கறையும் வைத்திருந்த மக்கள் அக்னி திரவம் வந்த திசையை நோக்கி படையெடுத்தனர். அப்போது திரவத்தை எறிந்தவனுக்கு காமராஜர் மீது பற்று வைத்திருந்த மக்களே நல்ல பதிலடி கொடுத்து அவனை அங்கிருந்த விரட்டினார்கள். அதன் பிறகு சிறப்பாக மக்களின் பாதுகாப்புடன் தன் சொந்த தொகுதியில் வெற்றி வாகை சூடி வலம் வந்தார் காமராஜர். அதே ஆண்டு விருதுநகர் நகராட்சி தேர்தலில் 7வது வார்டில் போட்டியிட்டு அதிலும் வென்றார்.

இந்த வெற்றியெல்லாம் வெறும் ஆரம்பம் தான் என்பது போல அவருக்குள் இருக்கும் பெருங்கனவு அவரை உறங்கவிடாமல் பல உயரங்களை அடைய தேவையான மனப்பக்குவத்தையும் சிறந்த ஆற்றலையும் அவருக்குள் விளைவித்துக் கொண்டே இருந்தது. அதன் தொடர்சியாக கட்சியின் மூத்த தலைவரான

ராஜாஜியையே எதிர்த்து, இதுவரை அவரை எதிர்க்க துணிந்த பலரும் தோல்வியடைந்த வண்ணம் இருக்க, காமராஜர் தமிழக காங்கிரஸ் கமிட்டியின் தலைவராக உருவெடுத்தார்.

6. தலைவர் காமராஜர்

காங்கிரஸ் கட்சியில் ஆரம்பத்திலிருந்தே பார்ப்பனர்கள் ஆதிக்கம் செலுத்தி வந்தாலும் சுதந்திர வேட்க்கை கொண்ட பார்ப்பனர் அல்லாதோரும் இக்கட்சியில் சேர்ந்து பணியாற்றினார்கள். அப்படி வந்தவர் தான் காமராஜரும். மூதறிஞர் ராஜாஜி, பார்ப்பனர்களுக்கு ஆதரவாகவே எப்போதும் செயல்பட்டாலும் மெட்ராஸ் மாகாணத்தின் முதல்வரகாக பதவி ஏற்றுக்கொண்ட போது மதுவிலக்கு போன்ற திட்டங்களையும் நடைமுறைக்குக் கொண்டுவந்தவர். ஈ.வெ.ராமசாமி பெரியார் காங்கிரஸ் கட்சியில் சேருவதற்கு இவருக்கும் முக்கிய பங்குண்டு, இருவரும் நெருங்கிய நண்பர்களாக இருந்தவர்கள். பார்ப்பனர்களின் ஆதிக்கத்தால் காங்கிரஸ் கட்சியை வேறோடு அழிப்பேன் என்று சபதமிட்டு கட்சியிலிருந்து விளகியவர் தான் பெரியார். கட்சிக்குள் இவர்கள் இருக்குழுவாக செயல்பட்டு வந்தனர். ஒன்று ராஜாஜி குழு, மற்றொன்று தீரர் சத்தியமூர்த்தி தலைமையிலான குழு, எளிய மக்களின் ஆதரவை பெற்றவர், கட்சிக்காக களத்தில் நின்று உழைப்பவர். ஆனால் ராஜாஜி, முக்கிய தலைவர்களை தன் கைக்குள் போட்டுக்கொண்டு பதவி நாட்டம் கொண்டவர்.

அப்போது காங்கிரஸ் கட்சி மெட்ராஸ் மாகாணத்தில் வெற்றிபெற்றதை அடுத்து அவர் அமைக்கவிருக்கும் அமைச்சரவையில் சத்தியமூர்த்திக்கும் இடம் அளிக்க வேண்டும் என்று முன்கூட்டியே ஒருமனதாக அனைவரும் முடிவெடுத்திருந்தார்கள். ஆனால் ராஜாஜி சொன்ன சொல் நடக்காமல் சத்தியமூர்த்திக்கு அமைச்சரவையில் இடம் அளிக்கவில்லை. அவரை குருவாக ஏற்றுக்கொண்ட காமராஜாருக்கு இது பெரிய ஏமாற்றத்தை தந்தது. அதற்கு பதிலடி கொடுக்கும் வகையில் 1940 ஆண்டு மெட்ராஸ் மாகாணத்தின் காங்கிரஸ் கமிட்டி தலைவருக்கான தேர்தல் வந்தது. ராஜாஜிக்கு சத்தியமூர்த்தி தலைவராக பதவி வகிக்க ஆதரிக்கவில்லை. ஆனால் காமராஜரோ தன் குருவான சத்தியமூர்த்தியை எப்படியாவது மீண்டும் தலைவராக்கி விட வேண்டும் என்று முடிவுடன் இருந்தார். காமராஜரின் கடின உழைப்பையும் தொலைநோக்கு சிந்தனையையும் ஆரம்பத்தில் இருந்தே கூர்ந்து கவனித்து வந்த சத்தியமூர்த்தி வேறு

ஒரு திட்டம் தீட்டினார். காமராஜரை காங்கிரஸ் கமிட்டி தலைவர் தேர்தலில் நிக்க வைப்பது தான் அவருடைய திட்டம். அதற்காக கமிட்டியிலிருந்த எல்லா உறுபினர்களிடமும் கலந்தாலோசித்தார். பெரும்பான்மையானவர்கள் காமராஜர் தலைவர் ஆவதற்கு ஆதரவு தெரிவித்தார்கள். காமராஜருக்கு இந்த விஷியம் பற்றி தெரியவர,

"நீங்க தலைவரா இருக்குறது தான் சரி, நான் தலைவர் தேர்தல்ல நிக்கலன்னேன்" என்று அதற்கு மறுப்பு தெரிவித்துவிட்டார். ஆனால் சத்தியமூர்த்தியின் வற்புதலின் பேரில் தலைவர் தேர்தலில் போட்டியிட சம்மதித்தார். இந்த விஷயம் ராஜாஜி கோஷ்டியினருக்கு தெரியவர, காமரஜருக்கு எதிராக கோவை. சி.பி.சுப்பையா என்பவரை அவருக்கு எதிராக நிறுத்தினார் ராஜாஜி. இருவரும் மெட்ராஸ் மாகாணத்தின் காங்கிரஸ் கமிட்டி தலைவர் பதவிக்கு நிற்க வாக்கு பதிவுகள் முடிவடைந்து வாக்கு எண்ணிக்கை தொடங்கியது. முடிவுகளை எதிர்ப்பார்த்து அனைவரும் காத்துக்கொண்டிருந்தார்கள். பார்ப்பணர்களின் ஆதரவுடன் ராஜாஜியால் போட்டியிட்ட கோவை சி.பி.சுப்பையா 100 வாக்குகள் பெற்றார். எளிய மக்களின் ஆதவரவுடன் தீரர் சத்தியமூர்த்தியால் களம் புகுந்த காமராஜர் 103 வாக்குகள் பெற்று வெற்றி அடைந்தார்.

1919 ஆம் ஆண்டு சாதாரண தொண்டராக காங்கிரஸ் கட்சியினுள் சேர்ந்தவர் 21 வருடங்கள் அயராது உழைத்து 1940 ஆம் ஆண்டு மெட்ராஸ் மாகாணத்தின் காங்கிரஸ் கமிட்டி தலைவராக உயர்ந்தார். வெறும் மூன்று வாக்குகள் வித்தியாசத்தில் சரித்திரத்தில் இடம்பிடித்து வெற்றி வாகை சூடினார். இந்தியா முழுவதிலும் உள்ள அனைத்து தலைவர்களுடைய பார்வையும் இப்போது காமராஜர் பக்கம் திரும்பியது. யார் இந்த காமராஜர்? என்று அனைவரும் அவருடைய வரலாற்றை ஆராய தொடங்கினார்கள். காமராஜரை தலைவர் பதவிக்கு போட்டியிட வைத்த சத்தியமூர்த்தி காங்கிரஸ் கட்சியின் செயலாளராக பதவி ஏற்றுக்கொண்டார்.

இரண்டாம் உலகப் போர் வலுப்பெற்று தீவிரமடைந்துக்கொண்டிருந்த காலக்கட்டம் அது. ஆங்கிலேய அரசும் தங்கள் பங்கிற்கு போரில் குதித்தது. அப்போது மெட்ராஸின் கவர்னர் ஆர்தர் ஹோப் என்பவர் யுத்ததுக்கு நிதி தரும்படி ஒரு அறிக்கை விட்டு அதற்காக மக்கள் அனைவரிடம் இருந்து யுத்த நிதி என்ற பெயரில் வசூல் செய்ய தொடங்கினார். ஆனால் அந்நிய நாட்டிற்கு எதற்கு யுத்த நிதி தரவேண்டும் என்று காங்கிரஸ் தலைவர்கள் கொதித்தெழுந்தார்கள். அதை கேள்விப்பட்ட காமராஜரும் அதனை எதிர்த்து யுத்தநிதிக்கு எதிராக பிரச்சாரம் செய்தார். அதனால் மக்கள் அனைவரும் நிதிக்கொடுக்க முன்வரவில்லை. கோபம் அடந்த ஆங்கிலேய அரசு காமராஜரை கைது செய்ய முடிவெடுத்தது. அப்போது காந்திஜியை சந்திக்க ரயிலில் பயணம் செய்துக்கொண்டிருந்தார் காமராஜர். செய்தி அறிந்த காவலர்கள், ரயில் வண்டி கூடூர் என்ற ஸ்டேஷனுக்கு வந்தடைந்தவுடன் யுத்தநிதிக்கு எதிராக பிரச்சாரம் செய்ததால் மாகாண காங்கிரஸ் கமிட்டி தலைவர் காமராஜரை கைது செய்தனர்.

காமராஜர் சிறையில் இருக்கும் போது விருதுநகர் நகராட்சி தலைவராக இருந்த சங்கரபாண்டியன் என்பவரும் சிறையில் இருந்தார். அதனால் இப்போது புதிதாக விருதுநகர் நகராட்சி தலைவரை தேர்ந்தெடுப்பதற்கான பொறுப்புகள் காமரஜருடைய நெருங்கிய நண்பரான முருக தனுஷ்கோடியிடன் வந்தடைந்தது. அனைத்து நகரசபை உறுப்பினரையும் வரவழைத்து கலந்தாலோசித்தார். தேர்தலை நடத்தினார். அப்போது அவர்கள் அனைவரும் சிறையில் இருந்த காமராஜருக்கே வாக்களித்தனர். அதன் அடிப்படியில் சிறையிலிருந்துக் கொண்டே 1941 மே-31 விருதுநகரின் நகராட்சி தலைவராக அனைவராலும் தேர்ந்தெடுக்கப்பட்டு வெற்றிப்பெற்றார்.

சரியாக ஒன்பது மாதங்கள் கழித்து 1942 ஆண்டு மார்ச் மாதம் முதல் வாரத்தில் சிறையிலிருந்து விடுவிக்கப்பட்டார் காமராஜர். எத்தனை முறை சிறை சென்றாலும் அவருக்கான மக்கள் பலம் கூடிக்கொண்டே சென்றது. சிறையிலிருந்து வெளியே வந்த காமராஜரை மக்கள் சந்தோஷத்துடன் வரவேற்க, அதே சமயத்தில் தான் நகராட்சி சார்பில் பொது கவுன்சில் கூட்டம் ஒன்று நடக்கவிருந்தது. உறுப்பினர்கள் ஊழியர்கள் என அனைவரும் அதில் பங்கேற்றார்கள். சிறையிலிருந்த வெளியே வந்த அடுத்த கனமே அந்த கூட்டத்தில் கலந்துக்கொண்ட காமராஜர், தான் வெற்றி பெற்ற நகராட்சி தலைவர் பதவியை ராஜினாமா செய்தார்.

“என்னை சேர்மனாகத் தேர்ந்தெடுத்தது பற்றிச் சந்தோஷப்படுகிறேன். எனக்குப் பல முக்கிய வேலைகள் இருக்கின்றன. ஆகவே என்னால் சேர்மன் வேலை பார்க்க இயலாது. நான் சேர்மன் பதவியில் இருந்து விலகிக் கொள்கிறேன்” என்று அனைவரின் முன்னிலையில் கூறி தன் பதவியை ராஜினாமா செய்தார். எந்த பதவிக்கும் ஆசைப்படாதவர், முழுக்க முழுக்க மக்களுக்காகவும் கட்சிக்காகவும் அயராது உழைக்க நினைத்தவருக்கு நகராட்சி தலைவராக பொறுப்பேற்று அதற்கான வேலைகளை செய்ய அவருடைய மனம் மறுத்துவிட்டது.

இந்த சமயத்தில் தான் காமராஜாருக்கு காந்தியாரிடமிருந்து மாகாண கங்கிரஸ் தலைவர் என்ற முறையில் மும்பையில் நடக்க போகும் மாநாட்டில் கலந்துகொள்ள அழைப்பு வந்தது. அங்கு போன பின் ஆக்ஸ்ட் புரட்சியை காந்தியார் அறிவிக்க உடனே அதை அறிவித்து ஒவ்வொரு நகராட்சியிலும் காங்கிரஸ் கொடியை பறக்க வைக்க அவர் ஆணை பிறப்பிக்க காமராஜரும் சென்னைக்கு வர அதற்குள் மாநாட்டில் இருந்து திரும்பிய அனத்து தலைவர்கலும் ஊர் திருபவதற்குல் கைது செய்யப்பட்ட தகவல் அறிந்து காமராஜர் போலீஸிடம் சிக்காமலிருக்க மாறு வேடத்தில் ராணிபேட்டை ரயில் நிலையத்தை விட்டு இறங்கியதை முதல் பகுதியில் பார்த்தோம் அடுத்து என்ன ஆனது? அவரை பிரிட்டிஷ் போலீசார் கைது செய்தர்களா? வாருங்கள் பார்ப்போம்.

7. காரிய சித்தர் கர்ம வீரர்

அரக்கோணம் ரயில் நிலையத்தில் முகத்தை மறைத்துக்கொண்டு கண்காணிக்கும் காவலர்களின் கண்களில் மண்ணைத் தூவி விட்டு பேருந்து நிலையம் வந்து ராணிப்பேட்டை செல்லும் பேருந்தில் ஏறி முகத்தை மூடி அமர்ந்தார் அல்லவா அதன்பிறகு பேருந்து ராணிப்பேட்டை வந்தடைந்த பிறகுதான் கண் திறந்தார். வானம் முழுவதுமாக இருட்டிவிட்டது. அங்கு இருக்கும் கே.ஆர். கல்யாணராமன் என்ற காங்கிரஸ் உறுப்பினர் வீட்டுக்கு சென்று கதவை தட்டினார். சத்தம் கேட்ட அவர் காவலர்கள் தான் நம்மையும் கைது செய்ய வந்துவிட்டதாக எண்ணி ஒளிந்துகொண்டு மனைவியிடம் கதவை திறந்து தான் இல்லை என சொல்ல சொல்ல, கதவைத் திறந்த மனைவிக்கு அதிர்ச்சி. அந்த அதிர்ச்சி முகம் கணப் பொழுதில் ஆனந்தமாக மாறியது. காமராஜர் இருப்பதைப் பார்த்து பேரானந்தம் அடைந்தார். பம்பாயில் இருந்து கொண்டு வந்த நகல்களை காட்டி போராட்டத்தை பற்றி அனைவருக்கும் தெரிவித்து இதைத் தீவிரப்படுத்த வேண்டும் என்று சொன்னார்.

காமராஜரை கைது செய்தாக வேண்டும் என்று கழுகு போல அவரை தேடிக்கொண்டிருக்கும் காவலர்களுக்கு மத்தியில் இந்த போரட்டம் பற்றிய அனைத்து விவரத்தையும் எப்படி மாகாண முழுவதிலும் உள்ள காங்கிரஸார்களிடம் தெரியப்படுத்துவது என்று இருவரும் இரவு முழுவதும் யோசித்து ஒரு முடிவுக்கு வந்தார்கள். மறுநாள் ஒரு வாடகைக் கார் பிடித்து அங்கிருந்து வாணியம்பாடி இரயில் நிலையம் வந்து, அங்கிருந்து தஞ்சைக்கு இருவரும் இரயில் ஏறினார்கள்.

அப்போது வழியில் திருவண்ணாமலையில் ரயில் நின்றபோது கல்யாணராமன் மட்டும் அங்கிருந்து இறங்கி நடைமேடையிலிருந்த காங்கிரஸ் வாதி ஒரு சில பேருக்கு நகலைக் கொடுத்து போரட்டத்தை பற்றி தெரிவித்துவிட்டு மீண்டும் இரயில் ஏறினார். காமராஜர் சற்றும் அசையாமல் அனைத்தையும் கவனித்தவாரே தன் முகத்தை மறைத்தபடி கழுத்தில் ஒரு சால்வையை போட்டுக்கொண்டு அமர்ந்திருந்தார். அங்கிருந்து விழுப்புரத்திலும் இதே போன்று ஒரு காங்கிரஸ் காரர்களிடம் போராட்டத்தை தீவிரப்படுத்தும்படி கூறிவிட்டு இருவரும் தஞ்சையை வந்தடைந்தனர்.

யாருக்கும் தெரியாமல் தஞ்சை வந்தடைந்த அவர்களை டி.என். நாராயணசாமி என்பவர் அழைத்துக்கொண்டு சென்றார். பின் அங்கிருப்பவர்களிடமும் போராட்டத்தை பற்றி விளக்கி, அடுத்த ரயிலில் ஏறி திருச்சி வந்தடைந்தார்கள். ஆனால் திருச்சி இரயில் நிலையம் மற்ற ஊர்களை போல் அல்லாமல் எங்கு பார்த்தாலும் காவலர்கள் கூடியிருந்தார்கள். கண்ணுக்கெட்டிய தூரம் வரை காவலர்கள் படை. கதர் அணிந்தோ அல்லது காங்கிரஸ் தொண்டர்கள் யாரையாவது பார்த்துவிட்டாளோ அவர்களை கைது செய்ய தயராக இருந்தார்கள். உடனே தன் தோற்றத்தை மாற்றும் முயற்சியில் ஈடுப்பட்டு வேட்டியை தூக்கிக் கட்டி தலைப்பாகையை அணிந்து இரயிலில் இருந்து வெளியே வந்தார் காமராஜர். கல்யாணராமனை பெரிதாக அங்கிருந்த காவலர்களுக்கு அடையாளம் தெரியவில்லை. அதனால் எப்படியோ பல காவலர்களை கடந்து அங்கிருந்து வெளியே வந்தார்கள்.

திருச்சி காங்கிரஸ் தலைவர் எம்.எஸ். ரங்கசாமியின் உதவியுடன் கார் மூலம் அவர் இல்லத்திற்கு வந்தார்கள். அங்கிருப்பவர்களிடம் போராட்டத்தை பற்றி சொல்லிவிட்டு பின் அங்கிருந்து மதுரைக்கு காரின் மூலம் புறப்பட்டனர். மதுரை காங்கிரஸ் தலைவரை சந்தித்து போராட்டத்திற்கான அனைத்து வழி முறைகளையும் தெரிவித்தார். அதுவரை அவருடன் பயணித்த கல்யாணராமன் திருநெல்வேலிக்கும் காமராஜர் விருநகருக்கும் பிரிந்து செல்ல திட்டமிட்டார்கள். அதன் படி மதுரையில் இரயில் ஏறினார் காமராஜர். விருதுநகர் இரயில் நிலையத்தில் எப்படியும் நமக்காக காவலர்கள் கூட்டம் காத்துக்கொண்டிருக்கும் என முடிவு செய்து ரயில் நிலையத்திற்கு இரண்டு மைல் முன்னதாகவே இறங்கி தன் நண்பர் முருக தனுஷ்கோடியின் உதவி மூலம் தன் வீட்டை அடைந்தார் காமராஜர். போராட்டத்தை தீவிரப்படுத்த வேண்டிய அனைத்து வேலைகளையும் செய்துவிட்டோம் இனி தொண்டர்களும் மாவட்ட தலைவர்களும் பார்த்துக்கொள்வார்கள் என்று நிம்மதி பெரு மூச்சுடன் படுக்கையில் படுத்து நன்றாக உறங்கினார்.

காலையில் எழுந்து காமராஜரே உள்ளூர் காவலருக்கு செய்தி அனுப்பி தன்னை வந்து கைது செய்யும்படி சொல்ல, அவரைக்கான ஓடி வந்தார் இன்ஸ்பெக்டர் எழுத்தச்சன்.

“உங்களை கைது செய்வதற்கான வாரண்ட் வைத்திருக்கும் அதிகாரி இப்போது ஊரில் இல்லை அவர் வரும் வரை நீங்கள் ஓய்வெடுத்துக்

கொள்ளுங்கள் நானும் யாரிடமும் சொல்லமாட்டேன்" என்று சொல்ல உடனே காமராஜர்,

"என் வேலைகளை நான் செய்து முடித்துவிட்டேன், காங்கிரஸ் தலைவர்கள் எல்லோரும் சிறையிலிருந்து துன்புறும்போது நான் மட்டும் எப்படி வெளியே இருப்பது நல்லதல்ல என்னை நீங்களே கைது செய்யுங்கள்" என்று அவரே கூறி சிறைச் சென்றார். இதன் மூலம் காங்கிரஸ் மீதும் காங்கிரஸ் தலைவர்கள் மீதும் அவர் எவ்வளவும் மரியாதை வைத்திருக்கிறார் என்பதை நம்மால் புரிந்துக் கொள்ளமுடிகிறது. காங்கிரஸ் தொண்டர்கள் "வெள்ளையனே வெளியேறு" என்று தீர்மானத்துடன் ஆகஸ்ட் புரச்சியை பற்றியும் நாடு மக்களிடம் தெரியப்படுத்தி மக்களை விழிப்புற செய்தார்கள். அப்போது கைது செய்யப்பட்ட காமராஜர் அதன் பிறகு 1945 ஆம் ஆண்டு தான் வெளியே வந்தார். மூன்றாண்டு காலம் நாட்டுக்காக சிறையிலே வாடினார்.

8. சத்தியமூர்த்தி: ஒரு தீரனின் மரணம்

காமராஜர் சிறையில் இருக்கும் போது அவர் கண்கலங்கி எதுவும் செய்ய முடியாத மனநிலையாக ஒரு துக்கச் சம்பவம் நிகழ்ந்தது. இத்தனை ஆண்டுகாலம் யாரை தன் அரசியல் குருவாக மனமார்ந்து நேசித்து வந்தாரோ அவருடைய இறப்பு தான் அது. 1943 ஆம் அண்டில் தீரர் சத்தியமூர்த்தி உயிரிழந்தார். ஆகஸ்ட் போரட்டத்தின் போது காவலர்களால் கைது செய்யப்பட்டார். இத்தனை ஆண்டு காலம் சிறை சென்று போராடிய அவருடைய உடல்நிலை, இப்போது இன்னும் மோசமாகி மருத்துவமனையில் அனுமதிக்கப்பட்டார். ஆனால் சிகிச்சை பலனின்றி தீரர் சத்தியமூர்த்தி உயிரிழந்தார்.

சத்தியமூர்த்தி அவர்கள் 1887 ஆகஸ்ட் 19 அன்று புதுக்கோட்டை மாவட்டம், ஆவுடையார்கோவில் அருகே செம்மனாம்பொட்டல் என்ற ஊரில் பிறந்தார். சென்னை கிருத்துவக் கல்லூரியில் பட்டம் பெற்று பின்னர் சட்டம் பயின்றார். கல்லூரி நாட்களிலேயே கல்லூரி தேர்தல்களில் கலந்து கொண்டு வெற்றி பெற்றார். இவை அவருக்கு மக்களாட்சி முறையில் ஆழ்ந்த பிடிப்பை உண்டாக்கியது. அவரது பேச்சாற்றல் திறனைக் கொண்டு காங்கிரசின் பிரதிநிதியாக மாண்டேகு-செம்ஸ்போர்டு சீர்திருத்தங்கள் மற்றும் ரௌலத் சட்டத்திற்கெதிரான இணை நாடாளுமன்றக் குழுவில் வாதிட இங்கிலாந்து அனுப்பப்பட்டார். 1919 இல் திலகர், சீனிவாச சாஸ்திரி ஆகியோர் அடங்கிய தூதுக்குழுவுடன் இருமுறை இங்கிலாந்து சென்றார்.

அப்போது காங்கிரஸ் கட்சியில் மிதவாதம் தீவுரவாதம் என்ற இருபிரிவு கோகலே மற்றும் திலகர் என்ற இரு அணிகளாக பிரிந்து நின்றது, இதில் 1914 ல் காந்தி இந்தியாவுக்கு வந்து மித வாத பிரிவுக்கு தலைமை ஏற்றவுடன் அவர்கள் கை ஓங்கியது. அதே போல திலகர் பிரிவில் அன்னிபெசண்ட் சித்த்ரஞ்சன் தாஸ் ஆகியோர் தீவிரமாக இயங்கினர். இதில் தமிழ் நாட்டில் ராஜாஜி காந்தியாருக்கு ஆதரவாக செயல்பட அன்னிபெசண்ட் அம்மையார் தன் பிரிவுக்கு களமிறக்கியவர் தான் தீரர் சத்தியமூர்த்தி...

இதனால் ராஜாஜி சத்தியமூர்த்தி மோதல் தமிழக காங்கிரஸ் கட்சியில் வலுத்து வந்தது. ஒரு கட்டத்தில் ராஜாஜிக்கு ஆதரவாக பிராமணரல்லாத பெரியார் ஈ வெ ரா வலதுகரமாக விளங்க சத்தியமூர்த்திக்கு அப்போது துடிப்பாக பணி செய்த பிராமணரல்லாத காமராஜரை தன் வலதுகரமாக செயல்படுத்தினார்.

சத்தியமூர்த்தி மெட்ராஸ் மாநகரின் மேயராக இருந்த போது மெட்ராஸுக்கு குடிநீர் வழங்கும் திட்டமான பூண்டி நீர் தேக்கத் திட்டத்தை அவர் தான் செயலாற்றினார் என்பது குறிப்பிடத்தக்கது. பிற்காலத்தில் பூண்டி நீர் தேக்கத்திற்கு 'சத்தியமூர்த்தி சாகரம்' என்று பெயர் சூட்டப்பட்டது. 1926இல் சுயராஜ்ஜியக் கட்சி சார்பில் இங்கிலாந்து சென்ற போது பல சொற்பொழிவுகளை அங்கு நிகழ்த்தினார். 1930ஆம் ஆண்டு சென்னை பார்த்தசாரதி கோவிலில் இந்தியக் கொடி ஏற்ற முயன்றபோது கைது செய்யப்பட்டார். 1942ஆம் ஆண்டு தனிநபர் சத்தியாகிரகம் செய்தமையால் கைது செய்யப்பட்டு நாக்பூரிலுள்ள அமராவதி சிறையில் அடைக்கப்பட்டார். அங்கு செல்லும்போது ஏற்பட்ட முதுகுத்தண்டு காயத்தினால் பாதிக்கப்பட்டு 1943 மார்ச் 28 அன்று சென்னை பொது மருத்துவமனையில் இயற்கை எய்தினார். இப்படியாக தன் அரசியல் வாழ்க்கையில் தன்

உயர்வுக்கு காரணமாக இருந்த அந்த தீரர் சத்தியமூர்த்தி அவர்களின் மறைவுச் செய்தி சிறையில் இருந்த காமராஜரை பெரிதும் பாதித்தது.

இதனிடையே ராஜாஜிக்கும் காந்தியாருக்கும் நடுவேயும் கூட மோதல் உண்டானது. அதற்குக் காரணம் காந்தியின் கொள்கை ஒன்று ராஜாஜிக்குப் பிடிக்கவில்லை அது பாகிஸ்தான் பிரிவு. காந்திக்கு பாகிஸ்தான் பிரிந்து செல்வது பிடிக்கவில்லை. எல்லோரும் ஒற்றுமையாக இருக்கவேண்டும் என விரும்பினார். அதற்காக அவர் பின்னால் 1947 இல் மிகப்பெரிய உண்ணா விரதம் எல்லாம் இருந்தார் என்பது அனைவரும் அறிந்தது.

ஆனால் இந்த பேச்சு வார்த்தை 1942 லேயே காங்கிரஸ் மாநட்டில் எழுந்த போது பிரிவினை வேண்டும் என குரல் கொடுத்தவர்களில் ராஜாஜியும் ஒருவர். காந்தியின் விசுவாசியான அவர் இப்படி காந்திக்கு எதிராக இந்த விடயத்தில் பேசியது அனைவருக்கும் ஆச்சரயம். பிரிவினைக்கு ஆதரவாக இராஜாஜி அம்மாநாட்டில் ஒரு தீர்மானத்தையும் கொண்டு வந்தார். அதனை ஆதரித்து 15 ஓட்டுகளும், எதிர்த்து 120 ஓட்டுகளும் விழுந்தன. தான் கொண்டு வந்த தீர்மானத்துக்கு எதிர்ப்பு வந்து அதனை நிராகரித்ததால் கோவமடைந்த இராஜாஜி காரிய கமிட்டியிலிருந்தும், அகில இந்திய காங்கிரஸ் கமிட்டி உறுப்பினர் பதவியிலிருந்தும் ராஜினாமா செய்தார். அதன் பிறகு நடந்த ஆகஸ்ட் புரட்சியின் போது வெளியே இருந்த படி அதனை எதிர்க்கவும் தொடங்கினார்.

ஆகஸ்ட் புரட்சி காமராஜர் உட்பட நிறைய பேரை சிறையில் அடைத்தாலும் மக்களிடம் அதன் விளைவு ஆழமாக செயல்படத் தொடங்கியது. மக்கள் ஆங்கிலேயர்களை எதிர்க்க துணிவதும், சுதந்திர வேட்க்கையின் தேடல்களும் அவர்களுக்குள் தீவிரமடைய தொடங்கின. அதன் காரணமாக 1945 ஆம் ஆண்டு காமராஜர் சிறையிலிருந்து வெளியே வந்த போதே மக்களுக்கான சுதந்திர இந்தியா கிடைத்து விடும் என்று நம்பிக்கையுடன் இருந்தார். சுந்திர இந்தியாவை காண எத்தனை ஆண்டுகள் எத்தனை தலைமுறைகள் செத்து மடிந்திருக்கும்? அதற்கெல்லாம் தீர்வாக நாம் நினைத்தது போலவே சுதந்திரம் தர ஆங்கிலேய அரசு முன் வந்தது. ஆனால் நம்மிடம் அதை சர்வ சாதாரணமாக கொடுத்துவிட வில்லை என்பதும் நாம் அனைவரும் புரிந்துக்கொள்ளவேண்டும். அதற்காக நாம் அனுபவித்த இன்னல்கள் பல. சுதந்திர இந்தியாவை நாம் எப்படி

நிர்வாகம் செய்யப்போகிறோம் என்று காங்கிரஸுக்காரர்களுக்கு ஒரு அச்சம் இருந்தாலும் அதையெல்லாம் தீர்க்க,

தமிழகத்திலிருந்து ஒரு ஆள் கிளம்பிவிட்டார் என்பது அவர்களுக்கு தெரியவில்லை போலும்.

௯. காந்தியின் பாரபட்சமும் காமராஜர் வேதனையும்

இரண்டாம் உலகப் போர் முடிந்து ஆங்கிலேய அரசு மற்றும் அதனுடன் இணைந்து போரில் குதித்த அமெரிக்கா, ரஷ்யா போன்ற நாடுகளும் போரில் வெற்றி பெற்றது. அதனை தொடர்ந்து இந்தியாவிற்கு சுதந்திரம் வழங்குவதற்கான பேச்சை ஆரமித்தது ஆங்கில அரசு. நாட்டின் நிர்வாகத்திரனை கேட்டரிய சில முக்கிய இந்திய தலைவர்களுடன் பேச்சுவார்த்தையும் நடத்தியது. இந்த விஷயம் பற்றி இராஜாஜிக்கு தெரிய வர நாட்டிற்கு சுதந்திரம் கிடைத்தால் எப்படியும் காங்கிரஸ் தான் நிர்வாகத்திரனை மேற்கொள்ளும் அதனால் காங்கிரஸில் இருக்கும் சில தலைவர்களுக்கு நிச்சயம் பதவி கிடைக்க வாய்ப்பு இருக்கிறது என்று மனக்கணக்கு போட்டு காங்கிரஸில் மீண்டும் இணைய திட்டமிட்டார்.

மெட்ராஸ் மாகாணத்தின் காங்கிரஸ் தலைவராக இருந்த காமராஜர் சிறையிலிருந்த வெளியாக, அவருக்கு அதிர்ச்சி ஊட்டும் வகையில் ஒரு செய்தி அவர் காதுக்கு வந்தது. “மெட்ராஸ் மாகாணம் காங்கிரஸ் கமிட்டிக்கு திருச்சங்கோட்டிலிருந்து இராஜாஜி தேர்ந்தெடுக்கப்பட்டார்” இதுதான் அந்த செய்தி. இதைக் கேட்டு காமராஜர் உட்பட காங்கிரஸ் தொண்டர்கள் அனைவருக்கும் பேரதிர்ச்சி. அதெப்படி மெட்ராஸ் மாகாணத்தின் தலைவருக்கு கூட தெரிவிக்காமல் திருச்சங்கோட்டில் தேர்தல் நடத்தப்பட்டு இராஜாஜி தேர்ந்தெடுக்கப்பட்டார்? இராஜாஜிக்கு எதிராக சில முக்கிய தலைவர்கள் கூடி ஆலோசித்து மாநாடு நடத்தி, பல வழிகளில் அவரை கட்சியிலிருந்து விரட்ட முயற்சித்தார்கள். அப்போது ராஜாஜிக்கு ஆதரவாக ஒருசிலர் களம் இறங்கினார்கள். நிலைமை சூடுபிடித்தது. விளைவு... இராஜாஜிக்கும் காமராஜருக்கும் மோதல் வெடித்தது.

“திருச்சங்கோடு தேர்தல் செல்லாது” என அனைத்து காங்கிரஸ் கமிட்டி உறுப்பினர்கள் சார்பாக அறிக்கை வெளியிட்டார் காமராஜர். ஆனால் இராஜாஜி, அகில இந்திய காங்கிரஸ் சார்பில் சில தலைவர்களை தன் கைக்குள் வைத்துக் கொண்டு ஒரு திட்டம்

தீட்டினார். திருச்சங்கோடு தேர்தலைப் பற்றி ஆராய்ந்து சரியான அறிக்கை சமர்ப்பிக்கும்படி அகில இந்திய காங்கிரஸ் சார்பில் ஆஸப் அலி மெட்ராஸ் மாகாணத்துக்கு விரைந்தார்.

ஆஸப் அலி இராஜாஜிக்கு ஆதரவாக இருந்ததால், "திருச்சங்கோடு தேர்தலை செல்லாது என்று சொல்வதற்கு மாநில காங்கிரஸுக்கு உரிமை இல்லை" என்று அறிக்கை சமர்பித்தார். இதனை தொடர்ந்து திருச்சங்கோடு சார்பாக காங்கிரஸ் கமிட்டியில் நீடித்து, மீண்டும் காங்கிரஸ் கட்சியில் சேர்ந்தார். முன்பு சத்தியமூர்த்தி குழு இராஜாஜி குழு என்று பிரிந்தவர்கள் இப்போது காமராஜர் குழு இராஜாஜி குழுவாக பிரிந்தார்கள்.

காந்தியை தீவிரமாக பின்பற்றிய காமராஜர், இராஜாஜியை எதிர்க்கும் கோஷ்டியினர் என்று பின்பு காந்தியாலே அடையாளப்படுத்தப்பட்டார் என்பது, காமரஜருக்கு காலம் தந்த அதிர்ச்சி. கோவமடைந்த காமராஜர் காந்தியையே எதிர்த்து தன் செயல் மூலம் வெளிப்படுத்தியதும் வரலாற்று நிகழ்வு. இதற்கு காரணமானவர் யார்?

1946 ஆம் ஆண்டு, ஹிந்தி பிரச்சார சபை வெள்ளி விழாவுக்கு தலைமை தாங்க காந்தி மெட்ராஸுக்கு வருவதாக இருந்தார். ரயிலில் வரும் கந்தியடிகள் எந்த நிறுத்தத்தில் இறங்கப்போகிறார் என்பது ரகசியமாகவே வைக்கப்பட்டிருந்தது. ஏனென்றால் உடல் நிலை சரியில்லாமல் இருந்த காரணத்தாலும், மக்கள் கூட்டத்தை தவிர்ப்பதாலும் இவ்வாறு செய்யப்பட்டது. காந்தியின் நெருங்கிய நண்பரான, அவருடைய சம்மந்தியுமான இராஜாஜிக்கு மட்டும் அவர் எந்த நிறுத்தத்தில், எந்த பெட்டியிலிருந்து இறங்கப் போகிறார் என்பது வரை தெரிவிக்கப்பட்டது. ஆனால் அவர் அப்போது மெட்ராஸ் மாகாணக் காங்கிரஸ் தலைவராக இருந்த காமராஜருக்குக் கூட இதை தெரிவிக்காமல் மாலை தன் கூட்டத்தினருடன் இரயில் நிலையத்திற்கு புறப்பட்டார். காந்திஜியிடம் இருந்து காமராஜருக்கு அவப்பெயரை வாங்கித்தர வேண்டும் என்பதே அவருடைய எண்ணமாக இருந்தது. ஆனால் நிருபர் கணபதி என்பவர் நிருபர்களுக்கே உரித்தான சில வழிகளில் காந்தி எங்கு வந்து இறங்கப்போகிறார் என்பதை கண்டறிந்துவிட்டார். உடனே அவர் காமராஜரிடம் சொல்லி தன்னுடைய காரிலே அவரை அழைத்துச்சென்று அம்பத்தூர் ரயில் நிலையத்தில் இறக்கிவிட்டார். அவர் அங்கு சென்று பார்த்தபோது இராஜாஜியும் அங்கிருப்பதை கவனித்தார்.

காந்திஜி வந்து இறங்கும் தருணத்தில் சரியாக மாலையுடன் அங்கு வந்து நின்றார் காமராஜர். மெட்ராஸ் மாகாணத்தின் காங்கிரஸ் தலைவர் என்ற சார்பில் முதலாவதாக அவர் இறங்கியவுடன் மாலையை காந்திஜிக்கு அணிவித்தார். மாலையை ஏற்றுக்கொண்ட காந்திஜி புன்னகைத்தவாறு காமராஜருடைய தோளைத் தட்டிக் கொடுத்தார். உடனே அங்கிருந்த இராஜாஜியும் அவர் குழுவுனரும் அதைக் கண்டு எரிச்சல் அடைந்தார்கள். காமராஜருக்கு அவப்பெயர் வாங்கிக் கொடுக்கும் அவர்களுடைய சதித் திட்டம் பொய்த்துவிட்டதை எண்ணி மனம் வருந்தினார்கள்.

ஹிந்தி பிரச்சார சபைக்கு தலைமை ஏற்ற பின்னர் மெட்ராஸில் ஒரு வாரம் தங்கினார் காந்திஜி. நிறைய பிரார்த்தனை கூடங்களுக்கு செல்ல முடிவெடுத்து அதற்கான பயணத்தை மேற்கொண்டார். மதுரையில் உள்ள மீனாட்சி அம்மன் கோவிலுக்கு இரயிலில் சென்றுக்கொண்டிருந்தார். காமராஜர், இராஜாஜி, கட்சியை சேர்ந்த முக்கிய நபர்களும் உடன் சென்றனர். அப்போது அச்சரப்பாக்கம் இரயில் நிறுத்தத்தில் மக்கள் கூட்டம் அவரைக் காண வர, அவர்களிடம் பேசுவதற்காக தன் இருக்கையில் இருந்தபடியே ஒலிப்பெருக்கியின் மூலம் தன் உரையை தொடங்கினார் காந்திஜி.

“நான் மதுரை மீனாட்சி அம்மன் கோவிலுக்கு செல்லுகிறேன். அதற்கு காரணம் உங்கள் இராஜாஜி தான் அவர் மட்டும் இல்லை என்றால் நான் உங்களை காணவோ கோவிலுக்கு செல்லவோ நேர்ந்திருக்காது”

என்று கூறி மேலும் இராஜாஜிக்கு ஆதரவாகவும் அவரை புகழ்ந்தும் பேசினார். ஆரம்பத்தில் காந்திஜியை பார்த்த மக்கள் கரவொலியுடன் உற்சாகப்படுத்தினாலும் அவர் இவ்வாறு கூறிய பிறகு கூட்டம் எந்த ஓசையும் இல்லாமல் அமைதியாக இருந்ததையும் காந்திஜி புரிந்துக்கொண்டார். அப்போது கூட காந்திஜி மீது எந்த ஒரு தப்பான எண்ணமோ புரிதலோ இல்லாமல் தான் காமராஜர் அவருடன் பயணித்தார். தன் சுற்று பயணத்தை எல்லாம் முடித்துவிட்டு மெட்ராஸ் மாகாணத்திலிருந்து புறப்பட்டு சென்ற காந்திஜி பின் தன் ஹரிஜன் பத்திரிக்கையில் காமராஜரைப் பற்றியும் அவருடைய குழுவையும் விமர்சிக்கும் வகையில் ஒரு குறிப்பை எழுதினார். அதில்,

“ராஜாஜி எனது பழைய நண்பர்களில் ஒருவர். நான் கடைப்பிடிக்கும் கொள்கைகளை விமர்சனம் செய்வதில் அவர் சிறந்தவர். இது எல்லோரும் அறிந்த விஷியம். அவர் என்னுடன் 1942 ஆம் ஆண்டு

கருத்து வேறுபாடு கொண்டார் என்பது எனக்குத் தெரியும். இந்தக் கருத்து வேறுபாட்டை அவர் பகிரங்கமாக ஒப்புக் கொண்டார். அதற்காக அவரை பாராட்ட வேண்டும். ராஜாஜி ஒரு பெரிய சமூக நலவாதி, சமூக சீர்திருத்தக்காரர். அவர் நம்பிக்கைப்படி அவர் நடந்து கொள்ள அஞ்சியவரல்ல. அவரது அரசியல் அறிவும் நாணயமும், சந்தேகத்துக்கு இடமில்லாதவையாகும். இதனால் அவருக்கு எதிராக ஒரு கோஷ்டி ('கிளிக்') இருப்பது கண்டு என் மனம் வேதனைப்பட்டது. சென்னையில் இந்த கோஷ்டியின் ஆதிக்கம் இருக்கிறது என்று எனக்குத் தெரிகிறது. ஆனால் மக்கள் ராஜாஜியிடம் பக்தி கொண்டிருக்கிறார்கள். நான் சாமி

தரிசனத்துக்காக சென்றேன். அப்போது வழி நெடுக மக்கள் கூட்டம் அதிக அளவில் இருந்தது. ஆர்ப்பாட்டமும் இருந்தன. மக்களிடம் அவருக்கு செல்வாக்கு இல்லை என்றால் இவை இருந்திருக்க முடியாது. இவை அனைத்தும் எனக்காக ஏற்பட்டது என்று எண்ணுவதற்கு நான் தற்பெருமைக்காரனோ, அறிவில்லாதவனோ அல்ல. தங்களுக்கு எது நல்லது என்று படுகிறதோ அதையே தென்னாட்டுக் காங்கிரஸ்காரர்கள் செய்வார்கள். ராஜாஜியைத் தவிர வேறு யாரும் தற்போதைய நிலைமையில் பொறுப்பேற்க முடியாத அந்த வேலைகளுக்கு, ராஜாஜியின் சேவையை இழக்க வேண்டாம் என்று நான் எச்சரிக்கை செய்யாவிடில், காங்கிரஸுக்கு நான் உண்மையானவனாக இருக்க முடியாது'' என்று பத்திரிக்கையில் எழுதினார்.

காமராஜர் மற்றும் அவர் குழுவை தான் 'கிளிக்' என்று குறிப்பிட்டிருக்கிறார் காந்திஜி. தான் யாரை பின்பற்றி இவ்வளவு நாள் வாழ்ந்துவந்தோமோ, இந்தியாவின் மகத்தான தலைவர் என்று யாரை நம்பிக்கொண்டிருந்தமோ அவரே தன்னை இவ்வாறு குறிப்பிட்டதைக் கண்டு மிகுந்த மனவேதனைக்கு உள்ளானார் காமராஜர்.

தென்னாட்டிலிருந்த பல காங்கிரஸ் தலைவர்களுக்கு காந்திஜியின் அறிக்கை அதிர்ச்சி அளித்தது. அந்த அறிக்கையை படித்த பி.வரதராஜுலு கோபமடைந்து காந்திஜிக்கு ஒரு கடிதம் எழுதினார்.

''தென்னாட்டில் காந்தி தர்மத்திலும், காங்கிரஸ் திட்டத்திலும் பரிசுத்தமான பக்தியுடன் உழைத்து வருபவர்களில் காமராஜர் முன்னிலையில் இருக்கிறார். அவரை குறித்து தாங்கள் தவறாக எழுதியது நல்லதல்ல. இவ்விஷியத்தில் தாங்கள் தலியிடாமல் இருப்பது நல்லதென்பதைத் தங்களுக்குத் தாழ்மையுடன் தெரிவித்துக்கொள்கிறேன்'' என்று அந்த கடிதத்தில் குறிப்பிடிருந்தார். அதை படித்த காந்திஜி,

''சரி அப்படியே செய்கிறேன். நான் இனி இந்த தகராறில் ஈடுபடுவதில்லை'' என்று பதில் எழுதினார். மெட்ராஸ் மாகாணத்தின் காங்கிரஸ் தலைவராக இருந்த காமராஜர் மக்கள் மத்தியிலும் காங்கிரஸ் தொண்டர்கள், தலைவர்கள் என அனைவருடைய மனதிலும் நிலையாக இடம் பெற்றிருந்தார் என்பதையே இந்த நிகழ்வு நமக்கு உணர்த்துகிறது.

1947 ஆம் ஆண்டு ஆகஸ்ட் 15, கிடைத்தது சுதந்திரம் மலர்ந்தது புது இந்தியா. ஒட்டுமொத்த ஆங்கிலேய படையும் நம் நாட்டை விட்டு ஓட்டம் கண்ட நாள். இரு நூற்றாண்டுகளாக பல தியாகிகள் உருவாகி பாடுப்பட்டு இந்த நாளை நம்மிடம் கொண்டு வந்து சேர்த்துள்ளார்கள். தலைவர்கள், மக்கள் என அனைவரும் சந்தோஷ கண்ணீர் மழையிலும் உற்சாகத்திலும் கொண்டாடிக்கொண்டிருந்தார்கள். ஆனால் என்றும் பழைசை மறக்காத காமராஜர் தன் அரசியல் குருவான தீரர் சத்தியமூர்த்தியின் வீட்டுக்கு புறப்பட்டு சென்று முதல் முதலில் இந்திய கொடியை அவருடைய வீட்டில் ஏற்றி வைத்து அவருக்கான மரியாதையையும் செலுத்தினார். இத்தனை ஆண்டு காலம் அடிமைப்பட்டு கிடந்த இந்திய மக்களின் கல்வி அறிவை பெருக்க வேண்டும், வறுமையை ஒழிக்க வேண்டும், ஏழை எளிய மக்கள் அதிகார பொறுப்புக்கு வர வேண்டும், உலக அளவில் தொழில் நிறுவனங்களை அமைக்க வேண்டும் என்ற எண்ணற்ற திட்டங்களை பற்றி காமராஜர் ஆராயத் தொடங்கினார்.

மக்களை பற்றி மட்டுமே யோசித்துக்கொண்டிருக்கும் ஒரு தலைவன் தனக்கான ஒரு அரியனையை நோக்கி விரைந்துக்கொண்டிருக்கிறான் என்று காலம் உணர்ந்தவாரு இந்தியா தன் அடுத்த அத்தியாயத்தை எழுத ஆரம்பித்தது.

10. மகானை சாய்த்த மதம்

காங்கிரஸ் என்னும் மிகப் பெரிய ஆளுமை மற்றும் இளைஞர் படையைக் கொண்டு அதீத் தீவிரமாக உருவெடுத்து ஆங்கிலேய அரசை ஆணித்தரமாக எதிர்த்து வந்தது. ஆங்கிலேயர்களை அடுத்து காங்கிரஸ் தான் இந்தியாவில் ஆட்சி அமைக்க முடியும் என்ற நிலைமைக்கு வந்ததற்கான காரணம் இதுதான். அதுமட்டுமின்றி சிறந்த நிர்வாகத்திறன் மற்றும் நாட்டின் முன்னேற்ற பாதைக்கு அழைத்து செல்வதற்கான பல திட்டங்களை வகுத்து வைத்திருந்தார்கள். காங்கிரஸை எதிர்க்க சிறந்த எதிர் கட்சியும் அப்போது இல்லை. ஆகையால் ஆங்கிலேயர்களுக்கு அடுத்து காங்கிரஸ் ஆட்சி பொறுப்பை தன் கையில் எடுத்தது. காந்தியின் அடுத்த வாரிசான ஜவகர்லால் நேரு சுதந்திர இந்தியாவின் முதல் பிரதமராக பொறுப்பேற்றார்.

சுதந்திரம் கிடைத்த அதே ஆண்டு மெட்ராஸ் மாகாணத்தின் காங்கிரஸ் தலைவராக இருந்த காமராஜர் அகில இந்திய காங்கிரஸ் கமிட்டி உறுப்பினராக தேர்ந்தெடுக்கப்பட்டார். மெட்ராஸ் மாகாணத்தின் முதல் அமைச்சராக பிரகாசம் பதவி ஏற்று அமைச்சரவை அமைத்தார். ஆனால் அடுத்த சில மாதங்களில் அவர் மேல் நம்பிக்கை இல்லா தீர்மானம் கொண்டுவரப் பட்டு காமராஜரின் ஆதரவோடு ஓமந்தூர் ராமசாமி அவர்கள் பதவி ஏற்றார்.

சுதந்திரம் கிடைத்து ஒரு ஆண்டு கூட முழுமையாக நிறைவேறாத நிலையில் நாட்டையே உலுக்கிய சோக சம்பவம் ஒன்று நிகழ்ந்தது. அப்போது ஆற்காட்டில் சிறுவர்களுக்காக ஒரு பூங்காவை திறந்து வைப்பதற்காக சென்றார் காமராஜர். 'கண்ணன் பூங்கா' என்பது தான் அந்த பூங்காவிற்கு வைக்கப்பட்ட பெயர். திறப்பு விழாவின் போது மக்களின் நாயகனான காமராஜரை சந்திப்பதற்கும் மக்கள் கூட்டம் அலை மோத, அதோடு சேர்ந்து காங்கிரஸ் தொண்டர்களும் திரண்டிருந்தார்கள். எப்போதும் போல தன் உரையை முடித்துவிட்டு சாப்பிடுவதற்காக பந்தியில் அமர்ந்தார். அவருடன் சேர்ந்து மக்களும் தொண்டர்களும் அமர, இலை போட்டு சோறு பரிமாறப்பட்டது. அப்போது தான் காமராஜர் உட்பட அனைவரும் கண்கலங்கும் அளவிற்கு ஒரு செய்தி அவர் காதுக்கு வந்து விழுந்தது. 1948

ஜனவரி 30 ஆம் நாளான அன்று நிகழ்ந்த காந்திஜியின் மரண செய்தி தான் அது.

டெல்லியில் நடந்த பிரார்த்தனை கூட்டத்தின் போது, துப்பாக்கியால் மூன்று குண்டுகளை தன் உடம்பில் வாங்கிய வாறு இரத்தக் கரையுடன் சரிந்து விழுந்தார் காந்தியடிகள். நேரு உட்பட அனைத்து முக்கிய தலைவர்களும் அங்கு சென்று அந்த தேசத் தந்தையின் பாதத்தை வணங்கி கண்ணீர் பொழிய ஆரமித்தார்கள். செய்தி அறிந்த காமராஜர் இனி நம் தேசம் அனாதை ஆகிவிமோ என்று பயந்தார். அங்கு இருந்த கூட்டம் கூச்சல் சத்தத்துடன் தங்கள் ஆதங்கத்தை வெளிப்படுத்த இதற்கு காரணமானவர்களை சும்மா விடக்கூடாது என்று ஒருசில காங்கிரஸ் தொண்டர்களும் முழக்கமிட்டனர். ஆனால் மறுபடியும் நிதானமடந்தவர் தன் கலங்கிய கண்களில் இருந்து வரும் கண்ணீரை துடைத்துக் கொண்டு,

“வேற்றுமைகளை வளர்த்தெடுக்கும் மதவெறியை வளர்கக்கூடாது, அதை என்றும் காந்திஜி விரும்பமாட்டார். அவரை பின்பற்றிய நாம் அறவழியில் நின்று அடுத்த வேலைகளை பார்ப்போம்”

என்று கூறிவிட்டு அங்கிருந்து டெல்லிக்கு புறப்பட்டுச் சென்றார். நாமே நிலை குலைந்துவிட்டால் நம்மை நம்பி இருக்கும் தொண்டர்களும் இளைஞர்களும் அறவழியில் இருந்து விலகவிடுவார்கள், அவர்களை நல்வழிப்படுத்துவதும் நம் கடமை தான் என்பதை புரிந்துக்கொண்டு அவர்களை திசை திருப்பும் விதமாக பதில் அளித்தது தான் காமராஜர் உண்மையான காந்திய சீடராக கடைசிவரை இருந்தார் என்பதற்கு சான்று. யார் இருந்தாலும் இல்லாவிட்டாலும் நான் இயங்கிக்கொண்டேதான் இருப்பேன் என்றவாரு பூமி சுழலத் துவங்கியது.

1950 ஆம் ஆண்டு இந்தியா குடியரசு நாடாக அறிவிக்கப்பட்டது. மெட்ராஸ் மாகாணத்தின் பெயர் மாற்றப்பட்டு மெட்ராஸ் மாநிலமாக மாற்றப்பட்டது. இதற்கிடையில் நடந்த அத்தனை மாநில காங்கிரஸ் தலைவர் தேர்தலில் வெற்றிபெற்று தன்னை நிலைக்காட்டிக்கொண்டே வந்த காமராஜர், தேசிய அளவில் உள்ள தலைவர்களிடம் மட்டுமல்லாமல் தமிழ் மக்களின் மனதைத் தாண்டி இந்திய மக்களின் அன்பையும் பெற்று உயர்ந்து கொண்டிருந்தார். இதனை கவனித்த நேரு தென்னிந்தியாவின் ஒரு முக்கிய மக்கள் பிரதிநிதியாக காமராஜரை எண்ணி, நாட்டின் பல திட்டங்களை நிறைவேற்ற, கட்சி, தேர்தல் என அனைத்தையும் அவரிடம்

கலந்தாலோசித்து முடிவெடுக்கத் தொடங்கினார். காமராஜரும், நேருவும் நெருக்கமானார்கள்.

நேருவிற்கு காமராஜர் முதல் முறை அறிமுகமானது மிக சுவாரஸியமான ஒரு நிகழ்வு. அப்போது சத்தியமூர்த்தியின் வீடு திருவல்லிக்கேணியில் இருந்தது. மெட்ராஸ் மாகாணத்துக்கு வருகைத் தந்த நேரு அவர் வீட்டில் தான் தங்கினார். பயண களைப்பில் இருந்த நேரு இரவு நன்றாக உறங்கிக் கொண்டிருக்க, அவர் தூக்கத்தை இடையூறு செய்யும் வகையில் ஒரு சத்தம் அவர் காதில் விழுந்துக்கொண்டே இருந்தது. அவரால் தூங்கவே முடியவில்லை. கோவத்துடன் எழுந்த நேரு, சத்தம் வந்த திசையை நோக்கி நடந்தார். அப்போது அவர் அறையில் இருந்து வெளியே வந்தவுடன் விண்ணை பிளக்கும் சத்தத்துடன் ஒருவர் குறட்டைவிட்டபடி நன்றாக உறங்கிக்கொண்டிருந்தார். அவருடைய உடையை கவனித்த நேரு காங்கிரஸ் தொண்டர் என்பதை புரிந்துக்கொண்டார். ஆனால் அவர் யார் என்று தெரியவில்லை. உடனே அந்த இடத்துக்கு வந்த சத்தியமூர்த்தி, என்ன நடந்தது எனக் கேட்க,

"சத்தியமூர்த்தி... இதோ இந்த நபரை வெளியே அனுப்பு, இல்லாவிட்டால் என் படுக்கையை தூக்கி கடற்கரையில் போடு"

என்று கோவமாக சொல்லிவிட்டார். அதுவரை இது எதுவும் தெரியாமல் ஒரு சாதாரணத் தொண்டரான காமராஜர் நன்றாக உறங்கிக்கொண்டிருந்தார். பின்னாளில் இந்த இரு பெரும் தூண்கள் ஒன்று சேர்ந்து காங்கிரஸ் கட்சியையும் மக்களையும் நாட்டையும் ஒன்று சேர்ந்து நிர்வாகித்தன.

சுதந்திரம் கிடைத்த பிறகு நாட்டின் முதல் பொது தேர்தல் 1951 ஆம் ஆண்டு தொடங்கி 1952 வரை நடத்தப்பட்டது. பெரிதாக மெஜாரிட்டி கிடைக்கவில்லை. இருந்தாலும் ஆட்சி அமைப்பதற்கான தகுதி பெற்றது காங்கிரஸ். ஆனால் இப்போது யாரை மெட்ராஸ் மாகாணத்தின் முதல் மந்திரியாக்கி அமைச்சரவையை அமைப்பது என்று கட்சிக்குள் குழப்பம் நிலவியது. அப்போது சஞ்சீவ ரெட்டி என்பவர் காமராஜரையே சட்டசபை காங்கிரஸ் தலைவராக்குவது என்று முடிவெடுத்தார். அதன்படி கட்சிக்குள் இருக்கும் அனைவரிடமும் இதை பற்றி ஆலோசிக்க அவர்களும் சம்மதித்தனர். ஆனால் காமராஜரிடம் இதை பற்றி தெரிவித்த போது அவர் அதற்கு சம்மதிக்கவில்லை.

"நான் கட்சி தலைவராக இருக்கிறேன், சட்டசபை தலைவராக நான் பொறுபேற்க விரும்பவில்லை"

என்று கூறி மறுத்தார். அப்போது யாரைதான் தேர்ந்தெடுப்பது என்று அனைவரும் கேட்க, அவர்களே அதிர்ச்சியடையும்படி ஒரு பெயரைச் சொன்னார்.

"இந்த முறை சட்டசபை காங்கிரஸ் தலைவராக இராஜாஜியை தேர்வு செய்வோம்" என்றார்.

அனைவரும் அதிர்ந்துவிட்டனர். காமராஜரும் இராஜாஜியும் கட்சிக்குள்ளே இருப்பிரிவுகளாக இருந்தது உண்மைதான். ஆனால் இராஜாஜி இதற்கு முன்பாகவே முதல்வராக இருந்த போது அவர் அமல் படுத்திய சில நல்ல திட்டங்களால் மக்கள் பெரிதும் பயனுற்றார்கள் என்பதை நியாபகம் வைத்துக்கொண்டு, தன்னுடைய சொந்த பகையை எல்லாம் மனதில் வைத்துக்கொள்ளாமல் அவர் அவ்வாறு சொன்னார். காமராஜர் சொன்னதை அடுத்து கட்சியில் இருந்த அவருடைய ஆதரவாளர்களும் இதற்கு சம்மதித்தனர். இராஜாஜியிடம் இதை தெரிவித்த போது,

"இதை நான் நேருவிடம் பேசி கலந்தாலோசிக்க வேண்டும்"

என்று கூறிவிட்டார். கடைசியாக நேருவின் ஒப்புதலோடு இராஜாஜி சட்டசபை தேர்தலில் வெற்றிபெற்றார். 1952 ஆம் ஆண்டு மந்திரி சபையை அமைத்தார். ஆனால் அவர் பதவி ஏற்று சில மாதங்களிலே அவர் அறிமுகப்படுத்திய திட்டம் காமராஜர் உட்பட பிற கட்சி தலைவர்கள் மற்றும் பொது மக்களிடையே பெரும் கொந்தளிப்பை ஏற்படுத்தியது அதுதான் குலக் கல்வி திட்டம்.

11. குலக்கல்வி எனும் கொடுமை

பள்ளிகளுக்கு செல்லும் மாணவர்கள் பாதி நாள் கல்வியையும் மீதி நேரம் தங்கள் பெற்றோர்களின் தொழிலையும் கற்றுக்கொள்ள வேண்டும் என்பதுதான் அந்த திட்டத்தின் வெளிப்பாடு. கல்வி அமைச்சர், மெட்ராஸ் மாநிலத்தின் காங்கிரஸ் தலைவர் மற்றும் சட்டசையில் இருக்கும் பிற உறுப்பினர்கள் என யாரையும் கலந்தாலோசிக்காமல் சுயமாக முடிவெடுத்து திடீரென்று அந்த திட்டத்தை அறிமுகப்படுத்தி நடைமுறை படுத்தியதன் விளைவாக நாட்டிலிருந்து எல்லா தலைவர்களிடமிருந்தும் கடும் எதிர்ப்புகள் கிளம்பியது. இந்த திட்டத்தை உடனடியாக திரும்பி பெற வேண்டும் என்று சட்டசபையில் இருந்த எல்லோரும் முழக்கமிட, சிலர் இராஜாஜி உடனே பதவி விலக வேண்டும் என்றும் வற்புரித்தினார்கள். சட்டசபையில் மட்டுமல்லாமல் கட்சிக்குள்ளும் பெரும் குழப்பம் நிலவியது.

இதே நேரத்தில் தான் அக்டோபர் 1 1953 ஆம் ஆண்டு மெட்ராஸ் மாநிலத்திலிருந்து ஆந்திரா தனி மாநிலமாகப் பிரிக்கப்பட்டது. மந்திரிகள் சில பேர் இடம் மாற, மந்திர சபையிலும் சில குழப்பங்கள் நிகழ்ந்தது. ஆனால் இதையெல்லாம் கவனமாக நிதானத்துடன் கையாண்ட காமராஜர், இராஜாஜி தனக்கெதிராக நடத்திய சூழ்ச்சிகளையும் பொறுமையுடன் கையாண்டார். அப்போதும் காமராஜர் இராஜாஜி பதவி விலகலை விரும்பவில்லை.

“அவர் அறிமுகப்படுத்திய திட்டம் தான் தவறானது, அது தான் பிரச்சனையே தவிர இப்போது இராஜாஜி பதவி குறித்து அல்ல”

என்றும் தன் விருப்பத்தை வெளிப்படுத்தினார். ஆனாலும் இராஜாஜிக்கு எதிராக குரல் வலுக்கத் துவங்கியது. அவர் பதவி விலகியாக வேண்டும் என்று அனைவரும் தீர்மானித்தார்கள். கோவமடைந்த இராஜாஜி, ‘தானே பதவி விலகுவதாக’ அறிவித்தார். இப்போது அடுத்து யார் மெட்ராஸ் மாநிலத்தின் முதல் அமைச்சராக வரப்போகிறார் என்ற கேள்வி எழுந்தது. பெரும்பாலான காங்கிரஸ் தொண்டர்கள், சட்டசபை உறுப்பினர்கள், அமைச்சர்கள் என அனைவரும் காமராஜரையே பதவியை ஏற்கும்படி சொன்னார்கள்.

ஆனால் கட்சி பணிக்காகவும் மக்களை நேரடியாக தொடர்பு கொண்டு அவர்களுடைய குறைகளை கேட்டறிந்த நிர்வாகத்திறனை மேலும் வலுப்படுத்துவதே காமராஜருடைய எண்ணமாக இருக்க, பதவியில் உட்கார்ந்து வேலைப் பார்க்கும் எண்ணம் அவருக்கு இல்லை. அதனால் அதை அவர் விரும்பவில்லை.

ஆனால் தமிழ் மக்களுக்கும் இத்தனை ஆண்டு காலம் ஆங்கிலேய அரசிடம் அடுமைப்பட்டு கிடந்த தமிழ் மக்களின் கல்வி அறிவை, தொழில் துறையை எல்லா வகையிலும் மேம்படுத்த காமராஜர் என்னும் மக்கள் தலைவன் அதுக்காகத்தான் பிறந்தான் என்று காலம் முன்பே கனித்து வைத்திருந்தது போல அவரே மெட்ராஸ் மாநிலத்தின் முதல்வராக பதவி ஏற்கும் தருணமும் வந்தது.

தமிழ் நாட்டின் பொற்காலம் என்று இன்றும் நாம் கூறிக் கொள்ளும் ஒரு தலைவனுடைய ஆட்சிக் காலமும் பிறந்தது.

12. துவங்கியது பொற்காலம்

இராஜாஜி பதவி விலகியதை அடுத்து முதலமைச்சருக்கான வேட்பாளர்கள் யார் என்று அனைவரும் யோசிக்க, களம் சூடுபிடிக்க துவங்கியது. இராஜாஜி என்ன தான் பதவி விலகினாலும் தன்னுடைய ஆதரவாளர்கள் யாரையாவது ஒருவரை வேட்பாளாராக நிற்க வைத்து அவர் மூலம் தன் ஆசைகளை திட்டங்களை நிறைவேற்ற ஏற்பாடுகளை செய்தார். அவரை பயன்படுத்தியே தான் ஆரமித்த குலக் கல்வி திட்டத்தையும் தொடர நினைத்தார். அதனால் சி.சுப்ரமணியம் என்பவரை வேட்பாளராக நிற்க வைக்க முடிவு செய்தார். அதே நேரத்தில் காமராஜர் யாரை வேட்பாளராக நிற்க வைக்க போகிறார் என்று ஆராயவும் தொடங்கினர். காமராஜர் சுப்பராயன் என்பவரை வேட்பாளாராக நிற்க வைத்து சட்டசபை தலைவராக்க வேண்டும் என்று நினைத்தார். அதனை தெரிந்து கொண்ட இராஜாஜி குழு சுப்பராயனை தனியாக அழைத்து பேசி கடைசி நேரத்தில் தேர்தலில் இருந்து வாபஸ் வாங்கிவிடும்படி சொல்லி தன் வசம் இழுக்க தொடங்கினார்கள். அவர் அவ்வாரு செய்தால் கடைசி நேரத்தில் யாரை வேட்பாளராக தேர்ந்தெடுப்பது என்று காமராஜர் அணிக்கு குழப்பம் வரும் அதனை பயன்படுத்தி சி.சுப்ரமணியத்தை வெற்றி பெற செய்து விடலாம் என்று திட்டம் தீட்டினார்கள்.

காமராஜருக்கு இராஜாஜியை பற்றி நன்கு தெரியும். அவர் நிற்க வைக்கும் வேட்பாளரை வெற்றி பெற செய்ய எந்த எல்லைக்கும் போவார் என்று முன்கூட்டிய அறிந்து வைத்திருந்தார். சுப்பராயனிடம் தனியாக பேச்சு கொடுத்து வரும் விஷயமும் காமராஜருக்கு தெரிய வந்தது. இராஜாஜியை எதிர்க்க என்ன செய்யலாம் என்று யோசித்துக் கொண்டிருக்கையில் தான் ஈ.வெ.ரா. பெரியாரிடம் இருந்து காமராஜருக்கு அழைப்பு வந்தது. வரதராஜலு நாயுடு, ஈ.வெ.ரா, காமராஜர் மூவரும் சந்தித்து பேசினார்கள். இராஜாஜிக்கு எதிராக பெரியார், வரதராஜலு நாயுடு, திரு.வி. கல்யாண சுந்தர முதலியார் போன்றோர் காமராஜருக்கு முன்பிருந்தே காங்கிரஸ் கட்சிக்காக கடுமையாக உழைத்தவர்கள். அப்போதும் இந்த மூன்று பேர் தான் இராஜாஜியை கடுமையாக எதிர்த்தவர்கள்.

“ஆச்சாரியாருக்கு அடுத்து நீங்க தான் அந்த நாற்காலியில உக்காரணும் அவர் செஞ்சு வச்சுட்டு போன அந்த குளறுபடிய நீங்கதான் சரி செய்யனும்”

என்று பெரியார் காமராஜரை வற்புறுத்த, அப்போதும் அவர் மனம் அதை ஏற்க மறுத்தது. கடைசியாக,

“வேணும்னா சட்டசபை தலைவரா இருந்துட்டு முதல் அமைச்சரா இன்னொருத்தர போட்றன்” என்று பதிலளித்தார்.

“நாங்க இருக்குறோம். பாத்துக்குறோம்” என்று மீண்டும் ஒருமுறை காமரஜரிடம் பேசினார் பெரியார். திராவிடர் கழகத்தை ஆரம்பித்து அதை நடத்தி வந்தாலும் காமராஜரை பற்றி நன்கு பெரியாருக்கு தெரியும். பொது வெளியில் அவரை விமர்சிக்கவும் தயங்கமாட்டார் அதே நேரத்தில் அவரை பாராட்டவும் யோசிக்கமாட்டார்.

ஆழ்ந்த யோசனையிலே இருந்த காமராஜர் யார் எதை கேட்டாலும் அவருக்கே உரிய பாணியில் “ஆகட்டும் பார்க்கலாம்” என்றே பதிலளித்தார். இறுதியாக சட்டசபை தலைவருக்கான தேர்தல் நாளும் அறிவிக்கப்பட்டது. மறுநாள் தேர்தல். அதற்கு முன் தினம் இரவு தன் வீட்டிலிருந்து வேக வேகமாக புறப்பட்டார் காமராஜர். திருத்துறைப்பூண்டி தியாகி திருநாவுக்கரசை மட்டும் தன்னுடன் காரில் ஏற்றிக்கொண்டு கிளம்பினார்.

“பின்னால நம்மல யாராவது ஃபாலோ பன்றாங்களானு பாத்துக்கிடே வா” என்று திருநாவுக்கரசரிடம் சொல்லிவிட்டு, ட்ரைவரிடம்,

“நா லெப்டு ரைட்டுனு சொல்லுவ அதுபடி போ” என்று வழியை சொல்ல, மூவர் மட்டுமே காரில் சென்றுக் கொண்டிருந்தனர்.

நேராக அந்த கார் வரதராஜலு நாயுடுவின் வீட்டு வாசலில் சென்று நின்றது. காரில் இருந்து இறங்கி வீட்டுக் கதவை தட்ட, கதவை திறந்த வரதராஜலுவுக்கு பேரதிர்ச்சி. ட்ரைவர் வெளியே இருக்க இருவரையும் உள்ளே அழைத்து பேசினார்.

“நாளைக்கு நீங்கதான் என் பேர முன்மொழியனும் அதுவரைக்கும் இத பத்தி யாருக்கும் தெரிய வேணாம் சுப்பராயனையே எல்லோரும் சி.எம். கேண்டிடேட்டா நினச்சுட்டு இருக்காங்க அப்படியே இருக்கட்டும் இது வெளிய தெரிஞ்ச அப்றம் பெரியவரு (இராஜாஜி) உஷராய்டுவாரு”

என்று காமராஜர் சொல்லி முடித்தவுடன் வரதராஜலுவுக்கு மகிழ்ச்சி பொத்துக்கொண்டு வந்தது. அவரும் பெரியாரும் விரும்பியது இதுதானே.

“அவ்வாறே முன்மொழிகிறேன்” என்று முகப்பூரிப்புடன் சொன்னார்.

“நாளை மதியம் இரண்டு மணிக்கு மேல் தான் வாக்கெடுப்பு அதுவரை வீட்டிலே இருங்கள் நான் திருநாவுக்கரசை அனுப்புகிறேன் அவருடன் புறப்பட்டு வாருங்கள்”

என்று கூறினார். இனிமேலும் இங்கு இருப்பது நல்லதல்ல வந்த விஷயத்தை சொல்லிவிட்டோம் புறப்படுவது தான் சரி என்று முடிவெடுத்த காமராஜர் திருநாவுக்கரசை அழைத்துக்கொண்டு காரில் ஏறி அங்கிருந்து புறப்பட்டார்.

வரதராஜலு வீட்டிலிருந்து சிறிது தூரம் தள்ளி வந்த பின்னர் ட்ரைவரிடம் வண்டியை நிறுத்தச் சொன்னார். திருநாவுக்கரசுக்கு ஒன்றுமே புரியவில்லை. உடனே காமராஜர் திருநாவுக்கரசிடம்,

“இதப் பாரு திருநாவுக்கரசு, வரதராஜலு நாயுடு எனக்கும் முன்னாடியிருந்தே கட்சியில பெரிய ஆளு. கட்சிக்காக தன்னோட சொத்த எல்லாம் அழிச்சவரு. அவர் மேல் நமக்கு நம்பிக்கை இருக்கு இருந்தாலும் இந்த இராஜாஜி ஆளுங்க அவர தொந்தரவு பண்ணுடுவாங்கனு ஒரு சந்தேகம். நீ இங்கேயே இருந்து அவர் வீட்டுக்கு யார் யார் வராங்கன்னு கவனி, அது இராஜாஜியோட ஆளுங்களா இருந்தா உடனே எனக்கு தகவல் சொல்லு. நாம கவனிக்றோம்னு அவருக்கு தெரியக்கூடாது தெரிஞ்சா தப்பா நெனசிப்பாரு கொஞ்சம் தள்ளி நின்னு கவனி. நா போய் இறங்கிட்டு கார அனுப்புறன் நாளைக்கு நான் சொல்ற நேரத்துக்கு நீயே அவர தேர்தல் மண்டபத்துக்கு கூட்டிட்டு வந்திரு”

என்று சொல்லிவிட்டு திருநாவுக்கரசை அங்கே விட்டுவிட்டு சென்றுவிட்டார்.

இரவு முழுவதும் அவர் வீட்டை நோட்டமிட்டபடி திருநாவுக்கரசு அங்கு நின்று காவல் காக்க, மறுநாள் சரியாக இரண்டு மணி அளவில் அனைத்து சட்டசபை உறுப்பினர்களும் தேர்தல் நடத்தும் இடத்துக்கு வந்தடைந்தனர். இராஜாஜி குழுவினர் தங்கள் வேட்பாளாரான சி. சுப்ரமணியத்தை களத்தில் இறக்க தயராக வைத்திருந்தார்கள். எப்படியும் காமராஜர் சுப்புராயனைத்தான்

வேட்பாளராக அறிவிப்பார் என்று நம்ப, அடுத்து என்ன நடக்கப் போகிறது? என்ற எதிர்ப்பார்ப்பில் எல்லோரும் இருக்க, நடக்கப் போவது அனைத்தையும் அறிந்தவராக அங்கு வந்து சேர்ந்தார் காமராஜர்.

அனைவரும் காமராஜரையே கவனித்தவாரு தங்கள் இருக்கையில் அமர்ந்திருந்தார்கள். சொன்ன நேரத்திற்கு சரியாக திருநாவுக்கரசு, வரதராஜலு நாயுடுவை அழைத்துக் கொண்டு வந்து தேர்தல் மண்டபத்தில் சேர்த்துவிட்டார். தன் திட்டப்படி எல்லாம் சரியாக நடந்துக்கொண்டிருக்கிறப்பதை காமராஜர் உணர்ந்தார். இராஜாஜியும் களத்திற்கு வந்தடைந்தார். அப்போது டெல்லியிலிருந்து அந்த தேர்தலை பார்க்க பார்வையாளராக இந்திரா காந்தி வந்திருந்தார். பின்னாளில் இந்திரா காந்தியை நாட்டின் பிரதமராக அறிவித்த காமராஜர் முதல் அமைச்சராகும் இந்த தருணத்தில் இவ்விரண்டு தலைவர்களும் சந்தித்துக் கொள்ளும் நிகழ்வு காலம் தந்தவை.

வேட்பாளார் அறிவிக்கப் போகும் நேரம் நெருங்கியது, இராஜாஜி குழுவிலிருந்து சி.சுப்ரமணியத்தின் பெயரை முன்மொழிந்து அவரை வேட்பாளராக அறிவித்தார்கள். அடுத்து காமராஜருடைய பெயரை வேட்ப்பாளாராக அறிவித்து முன்மொழிந்தார் வரதராஜலு நாயுடு. பெயரை கேட்டவுடன் அனைத்து உறுப்பினர்களும் தங்களுடைய கரகோஷங்களை எழுப்பி உற்சாகத்துடன் தங்கள் மகிழ்ச்சியை வெளிப்படுத்தினார்கள். ஆனால் இரஜாஜியும் அவர் குழுவினரும் தேர்தல் மண்டபமே இடிந்து போகும் அளவிற்கு பேரதிர்ச்சி அடைந்தார்கள். அவரே வேட்பாளராக நிற்பார் என்று இராஜாஜி கனவில் கூட நினைத்து பார்க்கவில்லை. வாக்கெடுப்பை இன்னொரு நாள் நடத்தலாம் என்று இராஜாஜி குழு கேட்க,

“மேலிடத்திலிருந்து அதற்கு அனுமதியில்லை” என்று கூறினார் காமராஜர்.

“சற்று நேரம் தள்ளி வாகெடுப்பை நடத்தலாமே” என்றும் கேட்டனர்.

“அதனால் என்ன பயன்?” என்று பதில் கூறி அனைவரின் வாயையும் அடைத்தார்.

சொன்னது போல அன்றே வாக்கெடுப்பு நடந்தது. சி. சுப்ரமணியம் 41 வாக்குகள் பெற்றார், 93 வாக்குகள் பெற்று மொத்தம் 52 வாக்குகள் வித்தியாசத்தில் சட்டமன்ற குழு தலைவராக வெற்றி பெற்றார் காமராஜர். முதலில் சட்டமன்ற தலைவராக

மட்டும் இருந்துக்கொண்டு வேறொருவரை முதல் அமைச்சராக அறிவிக்கலாம் என்று யோசித்தார். ஆனால் நேரு அதற்கு சம்மதிக்கவில்லை, கடைசியாக நேருவின் விருப்பப்படி ஏப்ரல் 13 1954 ஆண்டு தமிழ் மக்களின் ஆசிர்வாதத்துடன் முதல் அமைச்சர் அரியாசனத்தில் அமர்ந்தார்.

13. தேவிகுள பீர் மேடு எல்லைப் பிரச்சனை

எவன் ஒருவன் தன் ஆசையை துறந்து தான் எடுத்துக்கொண்ட லட்சியத்தை நோக்கி வெறிகொண்டு ஓடுகிறானோ அவனே கர்மயோகி ஆவான். கர்மம் என்றால் பணி, சொந்த ஆசைகளை மறந்து மக்களுக்கான சேவையை லட்சியமாக எடுத்துக்கொண்டு அதற்காக தன்னை அர்ப்பணித்து பணி செய்பவர் தான் காமராஜர். மக்கள் அவரை தங்களுக்காக வந்த கர்மவீரராகவே நினைத்தார்கள். அதனால் அவரை கர்மவீரர் காமராஜர் என்று பெருமையுடன் அழைக்கத் தொடங்கினார்கள்.

மெட்ராஸ் மாநிலத்தின் முதல் அமைச்சராக பதவி ஏற்றாலும் அவர் மனதில் ஏதோ உறுத்திக்கொண்டே இருந்தது. மக்களால் தேர்ந்தெடுக்கப்பட்டவர்கள் தான் சட்டமன்றத்தில் உறுப்பினராக முடியும், மக்களால் தேர்ந்தெடுப்பவர்களிலிருந்து யாராவது ஒருவர் முதல் அமைச்சராக இருந்தால் தான் சரியாக இருக்கும் அல்லது நாமும் மக்களால் தேர்ந்தெடுக்கப்பட்டிருக்க வேண்டும். இதற்கு என்ன செய்வது என்று யோசித்துக்கொண்டிருக்கும் போது, வட ஆற்காட்டில் உள்ள குடியாத்தம் தொகுதியில் இடைத் தேர்தல் அறிவிக்கப்பட்டது. மக்களின் முடிவு என்னவாக இருக்கும் என்பதை தெரிந்துகொள்ள நினைத்த காமராஜர் தேர்தலில் போட்டியிட முடிவு செய்தார். எந்த ஒரு முதல் அமைச்சரும் பதவி ஏற்றுக்கொண்ட பிறகு மக்களின் முடிவை தெரிந்துகொள்ள வேண்டும் என்ற ஆசையுடன் களத்தில் இறங்க மாட்டார்கள். ஆனால் காமராஜர் அவ்வாறு இல்லை. எந்த ஒரு பதவியாக இருந்தாலும் அது மக்களால் தரப்பட வேண்டும் என்று உறுதியேற்றார்.

குடியாத்தம் அவர் சொந்த தொகுதி இல்லை. அங்கு இருக்கும் மக்களுக்கும் அவருடைய சொந்த ஊரைச் சேர்ந்தவர்கள் அல்ல. ஆனாலும் தைரியமாக குடியாத்தம் தொகுதியில் வேட்பாளராக நின்றார். காமராஜர் தேர்தலில் நின்றதால் திராவிட கட்சிகள் உள்பட பல தலைவர்கள் அவருக்கு ஆதரவாக பிரச்சாரம் செய்தார்கள்.

அதன் விளைவாக குடியாத்தம் தொகுதியில் அதிக வாக்குகள் பெற்று மக்கள் மனதை வென்று சட்டமன்ற உறுப்பினராக பதவியேற்றார்.

குடியாத்தம் தொகுதி மக்கள் தந்த நம்பிக்கையை தொடர்ந்து மெட்ராஸ் மாநிலத்தை ஆட்சி புரிய தொடங்கினார். ஆனால் அவர் முதலமைச்சர் ஆன பிறகு ஒரு பெரும் பிரச்சனை இந்திய நாடு முழுக்க உருவானது. அதுதான் மொழிவழி மாநிலம் பிரிப்பதற்கான முயற்சி.

கடந்த பத்து ஆண்டுகளாகவே மாநில எல்லையை பிரிப்பதற்கான முயற்சிகள் நடந்துக்கொண்டிருந்தாளும் அது இப்போது பெரிய அளவில் தலை தூக்கியது. பிரதமராக இருந்த நேரு, தென்னிந்தியாவின் தமிழ் பேசும் மக்கள் மலையாளம் மற்றும் கன்னட பேசும் மக்கள் வாழும் நிலங்களை எல்லாம் ஒன்று சேர்த்து தட்சிணப் பிரதேசம் என்று ஒரு மாநிலத்தை உருவாக்கத் திட்டமிட்டார். அதுமட்டுமின்றி இந்திய நாட்டின் பிற பகுதிகளை எல்லாம் ஒன்று சேர்த்து உத்திரப்பிரதேசம், மேற்குப்பிரதேசம், கிழக்குப்பிரதேசம், மத்தியப்பிரதேசம் என மொத்த இந்திய நாட்டையும் ஐந்து பிரதேசங்களாக மட்டுமே பிரிக்க நினைத்தார். இராஜாஜி, சி.சுப்ரமணியம் உட்பட நிறையப்பேர் தென்னிந்தியாவை இணைப்பதற்கான நேருவின் முடிவுக்கு சம்மதம் தெரிவித்தனர். ஆனால் மெட்ராஸ் மாநிலத்தின் முதலமைச்சர் காமராஜர் இதற்கு மறுப்பு தெரிவித்துவிட்டார். இவ்வாறு செய்தால் பல மொழிகள் பேசும் மக்கள் கடுமையாக பாதிக்கப்படுவார்கள். அவர்களது கல்வியிலும், வேலைகளிலும் சிரமம் ஏற்பட்டு பல இன்னல்களுக்கு ஆளாவார்கள். முக்கியமாக அவர்களது தாய்மொழி ஒவ்வொன்றும் அவர்களுக்கு மறக்கடிக்கப்பட்டு அழிந்து போவதற்கான சூழல் வரும். இந்தியும், சமஸ்கிருதமும் மட்டுமே முதன்மை மொழியாக விளங்க முடியும் என்றார்.

அதனால் நேருவிடம் ஆலோசனை நடத்தி இந்தத் திட்டத்தை கைவிடும்படி சொன்னார். தட்சிணப் பிரதேசம் அமைத்தால் அதற்கு காமராஜரே முதல்வராக இருக்கட்டும் என்று முடிவெடுத்து மற்ற மாநிலங்களில் இருந்த மூத்தத் தலைவர்களிடமும் சம்மதம் வாங்கியாயிற்று. இருந்தாலும் தட்சிணப்பிரதேசம் அமைக்க காமராஜர் மறுத்துவிட்டார். அதனைத் தொடர்ந்து திருவிதாங்கூரில் உள்ள தமிழர்கள் பகுதியை மெட்ராஸ் மாநிலத்துடன் இணைக்க வேண்டும் என்று நத்தானியேல் காமராஜரிடம் முறையிட்டார்.

"கண்டிப்பாக இணைக்கப்படும் அதற்கு இப்போது கிளர்ச்சித் தேவையா?" என்று கூறிய காமராஜரிடம்,

"அங்கு உள்ள தமிழ் மக்கள் அனைவரும் தினம் தினம் திருவிதாங்கூர் அரசிடம் மன்றாடிக் கொண்டிருக்கிறார்கள். தோட்டங்களில், மலைக் காடுகளில் கூலிக்கு வேலை செய்யப் போகும் மக்கள் அனைவரும் அவர்கள் அளிக்கு துன்பத்திற்கு ஆளாகிறோம். இதற்கு மேல் காலம் தள்ளினால் பெரிய இன்னல்களுக்கு நாங்கள் ஆளாவோம் அதனால் மீண்டும் எங்களை தாய் நாட்டுடன் இணைக்க வழி வகை செய்யுங்கள்"

என்று அங்கு தமிழ் மக்களுக்கு நடக்கும் அநீதியை சுட்டிக் காட்டினார் நத்தானியேல். மனம் நொந்த காமராஜர் அதற்கான வேலைகளை ஆரமித்தார். பீர்மேடு, தேவிகுளம் போன்ற பகுதிகளை மெட்ராஸ் மாநிலத்துடன் இணைக்க டெல்லியை நிர்ப்பந்தித்தார். அதன் காரணமாக 1956 ஆம் ஆண்டு ஜனவரி மாதத்தில் திருவிதாங்கூர் – கொச்சின் சமஸ்தானத்திலிருந்து தமிழ் பேசும் பகுதிகள் எல்லாம் மெட்ராஸ் மாநிலத்துடன் இணைக்கப்பட்டன. அதனை திருநெல்வேலி மாவட்டத்துடன் இணைக்கவிருந்த நிலையில் 'மார்ஷல் நேசன்' என்பவரது வேண்டுகோளின் படி குமரி என்ற

தனி மாவட்டமாக பெயர் வைத்து இன்றைய கன்னியாக்குமரி மாவட்டம் உருவாக காரணமாக இருந்தவரே காமராஜர் தான்.

மலபார் மாவட்டத்தில் இருக்கும் தமிழ் பேசும் மக்கள் மற்றும் அதனை ஒட்டி உள்ள காட்டில் வசிக்கும் மக்கள் பெரும்பான்மையானவர்கள் தமிழர்களே என்று கணக்கேடுப்பு நடத்தி அதிகாரப் பூர்வமாக வெளியிட்டு அந்த பகுதிகளையும் கோவை மாவட்டத்துடன் சேர்க்க வழிவகுத்தார். இதற்கு அடுத்ததாக ஆந்திரா எல்லையில் உள்ள தமிழ் பேசும் மக்களை இணைக்கப்டுவதற்கான முயற்சியில் ஈடுபட்டார். அன்று சேலம் மாவட்டத்தில் உள்ள ஓசூரை ஆந்திராவிற்கு தந்தால் சித்தூர் பகுதியை மெட்ராஸ் மாநிலத்திற்கு தருகிறோம் என்று ஆந்திரா முதலைமைச்சர் சொல்ல அதனை ஏற்க மறுத்தார் காமராஜர். தென்னிந்தியர் அல்லாது மத்திய அமைச்சர் ஒருவரை தேர்ந்தெடுத்து அவர் மூலம் எல்லை பிரச்சனைகளுக்கு முடிவுக்கான இந்திய அரசு முன்வந்தது. ஹெச்.வி. படாஸ்கர் என்ற மத்திய அமைச்சர் எல்லைப் பகுதிகளில் உள்ள மக்களை தொடர்பு கொண்டு, நன்கு ஆராய்ந்து ஒரு அறிக்கை சமர்பித்தார். எந்த ஒரு மொழி பேசும் மக்களும் 50 சதவிகிதத்துக்கு மேல் இல்லை என்பதால் முன்பு இருந்தது போல அது மெட்ராஸ் மாநிலத்திலே இருக்கும் அதுமட்டுமின்றி சித்தூர், திருத்தணி, வள்ளிமலை, திருவாலங்காடு போன்ற பகுதிகளும் திருவள்ளூர் மாவட்டத்தில் சில பகுதிகளும் பொன்னேரியும் மெட்ராஸ் மாநிலத்துடன் இணைக்கப்படும் என்றும் கூறினார். 1956 ஆண்டு காமராஜரின் ஆட்சித் திறமையோடு மெட்ராஸ் மாநிலத்தின் எல்லை சரியாக கணக்கிடப்பட்டு மொழிவழி மாநிலமாக மெட்ராஸ் மாநிலம் உருவானது. இத்தனை பிரச்சனைகளை சரியாகக் கையாண்டு எல்லை பிரச்சனைக்கு முடிவு கட்டியவர் நம் காமராஜரே.

14. காமராஜர் மாடல் ஆட்சி

நாட்டின் வளம் செழிக்க விவசாயம் அவசியம் என்றும் அதுமட்டுமின்றி மின்வசதி பெறும் கிராமங்கள் அதனை விவசாய தொழிலில் செலுத்தினால் இன்னும் வளர்ச்சி அடைவோம் என்றும் நெடு நாட்களாகவே மின் திட்டத்தை பற்றி யோசித்துக் கொண்டிருதவருக்கு அதனை நிறைவேற்ற சரியான நேரம் வந்தது. முதல் கட்டமாக கிராம புறங்களில் மின்சாரம் வழங்குவதற்கான அனைத்து ஏற்பாடுகளையும் செய்ய சொன்னார். கிராமங்களில் 1,40,000 நீர் இறைப்பு எந்திரங்களுக்கு மின் இணைப்பு கொடுக்கப்பட்டது. மின் துறை வளர்ந்தால் அதிக அளவில் தொழிற்சாலைகளை அமைக்க முடியும் அதனால் தொழில் வளர்ச்சியையும் காண முடியும் என்று முடிவு செய்து அதற்கு அதிக முக்கியத்துவமும் கொடுத்தார். குந்தா புனல் மின்திட்டம், பெரியாறு புனல் மின்திட்டம், அனல்மின் நிலையங்கள், மேட்டூர் சுரங்க நீர் மின்திட்டம், பரம்பிக்குளம் மின்திட்டம், நெய்வேலி நிலக்கரி அனல்மின் திட்டம் போன்றவை இவர் ஆட்சிக் காலக்கட்டத்தில் தொடங்கப்பட்டவை.

ஒருமுறை நெய்வேலியில் நிலக்கரி சுரங்கப் பணிக்காக பெரிய அளவில் எந்திரங்கள் தேவைப்பட்டன. அதற்கான ஏற்பாடுகளை செய்து சோவியத் நாட்டிலிருந்து எந்திரங்கள் வரவழைக்கப் பட விருந்தன. ஆனால் மெட்ராஸ் துறைமுகத்திலிருந்து நெய்வேலிக்கு எப்படி எந்திரங்களை கொண்டு செல்வது என்று யாருக்கும் தெரியவில்லை. பல அதிகாரிகளுடன் ஆலோசனை கூட்டமும் நடைபெற்று வந்தது. கடலூர் துறைமுகத்துக்கு எந்திரங்களைக் கொண்டு சென்று, அங்கிருந்து நெய்வேலிக்கு எடுத்துச் செல்ல முடியுமா? என்றும் யோசித்தார்கள். ஆனால் கடலூர் துறைமுகத்தின் கரையிலிருந்து நெடுந்தொலைவில் கப்பலை நிறுத்திவிட்டு எந்திரங்களை இறக்கி எடுத்துவர இயலாது என்று முடிவு செய்து அந்த முயற்சியும் கைவிடப்பட்டது.

கடைசியாக இது பற்றி காமராஜரிடம் தெரிவிக்க அவர் தலைமையில் ஆலோசனை கூட்டம் நிகழ்ந்தது. அப்போது ஒரு பொறியாளர், "நம்மால் இந்த எந்திரங்களை எடுத்து செல்ல முடியாது அதனால் இந்த திட்டத்தை நெய்வேலியில் நடத்த திட்டமிடுவதை கைவிட்டு

விட்டு வேறு எந்த மாநிலத்தில் எந்திரங்களை கொண்டு செல்ல முடியுமோ அங்கு அனுப்பிவிடலாம்" என்று கூட கூறினார். அங்கு நடந்த அனைத்து பேச்சுவார்த்தைகளையும் கவனித்த காமராஜர் கடைசியாக ஒரு கேள்வி கேட்டார்.

"நாம் ஏன் மெட்ராஸ் துறைமுகத்திலிருந்து சாலை வழியாக எடுத்துச் செல்லக் கூடாது?" அதற்கு பதிலளித்த ஒரு பொறியாளர்,

"எந்திரங்களை தாங்கும் அளவிற்கு நம் சாலைகள் அமைக்கப்பட வில்லை, அதுவும் வழியில் நிறைய பாலங்கள் உள்ளன அதனுடைய தரத்தையும் உயர்த்த வேண்டும் நிறைய செலவாகும்" என்று கூறினார். என்ன நடந்தாலும் நெய்வேலியில் சுரங்கம் வந்தாக வேண்டும் அப்போது சொந்த மக்கள் நிறைய பயனுருவார்கள் என்று எண்ணிய காமராஜர், நெய்வேலி வரை உள்ள அனைத்து சாலைகள், பாலங்கள் என அனைத்தையும் புதிதாக கட்ட ஆணையிட்டு எந்திரங்களை நெய்வேலிக்கு கொண்டு வந்து சுரங்க வேலையை ஆரம்பித்தார். இந்த அளவிற்கு மின் துறைக்கு அவர் முக்கியத்துவம் அளித்தார். அதன் விளைவாக தமிழக கிராம புறங்களில் உள்ள எண்ணற்ற உழைப்பாளிகள் ஏழை எளிய மக்களின் வீட்டில் மின் விளக்கு ஒளிர்ந்தது.

அடுக்கடுக்கான அவர் திட்டங்களை நிறைவேற்றியவாரு அடி மேல் அடி எடுத்து வைத்து நடைபோட்டுக் கொண்டிருந்தார். எதிர்கட்சி உட்பட யாரும் அவரை விமர்சிக்கக் கூட இடமளிக்காமல் சிறப்பாக ஆட்சி செய்து வந்தார். அதன் தொடர்சியாக உலகமே போற்றி வியக்கும் வண்ணம் ஒரு திட்டத்தை தமிழக மக்களுக்காக அறிமுகப்படுத்தினார்.

அதுதான் ஏழை மக்களின் பசியை போக்கிய 'மதிய உணவுத் திட்டம்'.

15. கல்விக்கு கண் தந்த கர்மவீரர்

காமராஜர் முதல்வரான பிறகும் அவருடைய அன்றாட வாழ்வில் எந்த மாற்றமும் இல்லாமல் எப்போதும் போலவே இருப்பார். காலை ஏழு மணிக்கெல்லாம் எழுந்துவிடுவார் அவர் எழுந்ததும் குடிக்க காபி தயராக இருக்க வேண்டும். அதை குடித்துகொண்டே அன்றைய ஆங்கில, தமிழ் செய்தித்தாள் என எல்லாவற்றையும் படிக்கத் துவங்குவார். படித்து முடித்தவுடன் அவரே சவரம் செய்துக் கொள்வார். பிறகு குளித்துவிட்டு வந்து இஸ்தரி போட்ட உடையை அணிந்துக் கொண்டு காலை பதினொரு மணிக்கு சாப்பிடுவார். பனியன் மற்றும் உள்ளாடைகள் அணியும் பழக்கமில்லாதவர். ரேஷன் அரிசியில் தான் சாப்பிடுவார். சாப்பிட்டு முடித்தவுடன் அவரை சந்திக்க வந்தவர்களுடன் பேசுவார். பகல் உறக்கத்திற்கு பிறகு மீண்டும் குளித்துவிட்டு காபி குடித்த பின் மீண்டும் சந்திப்பு நிகழும். இரவு இட்லி, தோசை சாப்பிட்டுவிட்டு புத்தகம் படித்துவிட்டு மீண்டும் உறங்கச் சென்றுவிடுவார். சில சமயம் இரவு முழுவதும் புத்தகம் படிப்பார்.

அவருடைய அன்றாட வாழ்க்கை ஒரு புறம் இயங்கிக் கொண்டிருந்தாலும் நாட்டை பற்றியும் மக்களை பற்றியும் அவருடைய எண்ணம் சுழன்று கொண்டுதான் இருந்தது. முக்கியமாக குழந்தைகளுடைய கல்வி குறித்து மிகவும் கவலையுற்றார்.

ராஜாஜி அவர்கள் குலக்கல்வி கொண்டுவர முக்கிய காரணமாகச் சொன்னது தமிழ் நாட்டில் கல்வி நிலை மிகவும் பின் தங்கியிருக்கிறது. குலக்கல்வி மூலமாக வேலை கிடைக்கும் உத்தரவாதம் என்ற காரணம் சொன்னது அவருக்கு உறுத்திக்கொண்டிருந்தது. அப்படியானல் கல்வி நிலையும் உயரவேண்டும் அப்படி உயர ஏழைக் குழந்தைகள் கல்விகற்க வரவேண்டும் அதற்கு என்ன செய்ய வேண்டும்? காமராஜரை இந்த சிந்தனை தினமும் தூங்கவிடமல் செய்தது.

இராஜாஜி ஆட்சிக் காலத்தில் 6000 திற்கும் மேற்பட்ட பள்ளிகள் மூடப்பட்டன. அத்தனையும் திருப்பி ஆரம்பிக்க வேண்டும் என்று முடிவு செய்தார். அதனால் இராஜாஜி ஆட்சிக் காலத்தில் மூடிய தொடக்கப் பள்ளிகளையும் சேர்த்து, மெட்ராஸ் மாநிலம்

முழுவதிலும் 26,700 தொடக்கப்பள்ளிகளை புதிதாக திறக்க முடிவு செய்தார். குழந்தைகளும், மாணவர்களும் வெகு தூரம் சென்று படிக்கக் கூடாது என்பதற்காக மூன்று மைல்கள் இடைவெளியில் ஒரு நடுநிலைப் பள்ளியும், ஐந்து மைல்கள் இடைவெளியில் ஒரு உயர்நிலை பள்ளியும் திறக்க ஆணையிட்டார். அப்போது மாநிலத்தின் வருவாயும் 45 கோடிதான் அதில் 10 கோடியை கல்விக்காக மட்டுமே ஒதுக்கினார். வசதி படைத்தவர்கள் மட்டுமல்லாமல் வறுமையில் இருப்பவர்களுடைய குழந்தைகளும் கல்வி கற்க வேண்டும் என்பதற்காக பத்தாம் வகுப்பு வரை அனைவருக்கும் இலவசக் கல்வி திட்டத்தையும் அறிமுகப்படுத்தினார். பின்னர் பதினொறாம் வகுப்பு வரை இலவசக் கல்வி எனவும் அதை விரிவாக்கம் செய்தார். பிற்படுத்தப்பட்டவர்கள், தாழ்த்தப்பட்டவர்கள் என உழைக்கும் மக்களின் குழந்தைகள் பள்ளிகளுக்கு வரும்போது கிழிந்த அல்லது கரை படிந்த ஆடையை அணிந்து வந்தால் சில வசதி படைத்த குழந்தைகளின் ஏளனப் பேச்சுக்கு ஆளாகக் கூடும் என்று முடிவு செய்து அனைத்து மாணவ மாணவிகளுக்கும் ஒரே மாரியான இலவசப் பள்ளி சீருடைகளையும் வழங்க உத்தரவிட்டார்.

குழந்தைகளை பள்ளிகளுக்கு வரவழைக்க இது போன்ற பல திட்டங்களை அவர் ஆரமித்து செயலாற்றினாலும் அதற்கு பலனாக பள்ளிகளில் மாணவர்களின் வருகை காமராஜருக்கு பெரிதளவில் திருப்த்தியளிக்கவில்லை. இவ்வளவு செய்தும் ஏன் உழைக்கும் மக்களின் பெரும்பான்மையானவர்கள் தங்கள் குழந்தையை பள்ளிகளுக்கு அனுப்ப மறுக்கிறார்கள் என்ற கேள்வி அவருக்குள் பல காரணங்களை வழங்கியது. குழப்பத்திலிருந்த காமராஜர், மக்களை நேரில் சந்திக்க முடிவெடுத்தார். ஊர் ஊராக சென்று மக்களை சந்தித்து அவர்களிடமிருந்து பல குறைகளை கேட்டறிந்தார். அப்போது அவர் சந்தித்த மக்கள் வறுமையிலும், கடினமான உழைப்பால் மிகவும் உடல் மெலிவுற்றும், கூலி வேலை செய்தும் தங்கள் அன்றாட வாழ்க்கையை வாழுவதற்கே மிகவும் சிரமப்பட்டுக் கொண்டிருந்தார்கள். அவர்களுடைய குழந்தையை பள்ளிக்கு அனுப்பினால் மற்ற வேலைகளை எல்லாம் யார் செய்வது என்று யோசித்து குழந்தைகளையும் வேலைக்கு அழைத்து சென்றுவிடுவார்கள். அதனையெல்லாம் கண்கூடாக பார்த்த காமராஜர் மிகவும் மனம் நொந்தார். அதன் விளைவாக நாடே வியக்கும் அளவில் வரலாற்று சிறப்பு மிக்க ஒரு திட்டத்தை செயலாற்ற முன்வந்தார்.

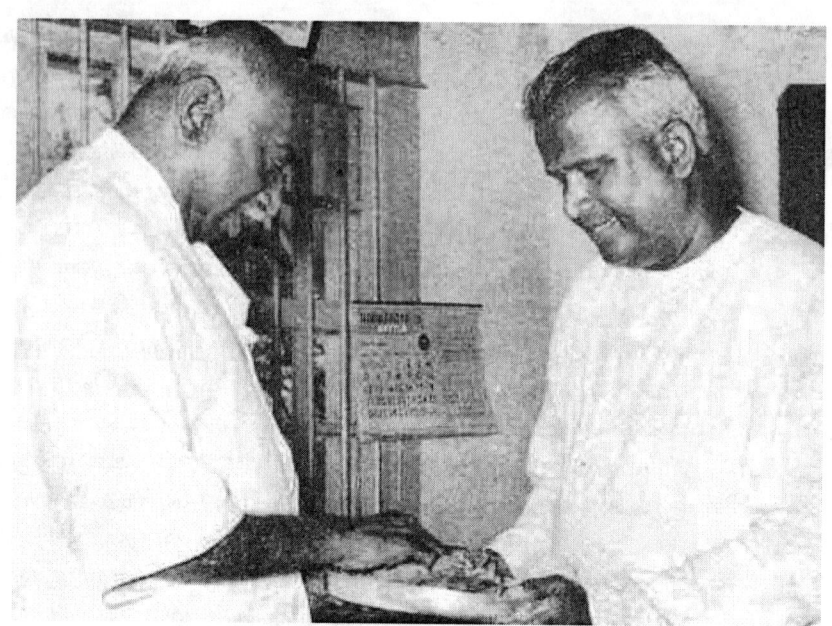

பள்ளிக்கு வரும் குழந்தைகள் அனைவருக்கும் ஒரு வேலை உணவு இலவசமாக கொடுக்க முடிவு செய்து மதிய உணவு திட்டம் என்று அந்த திட்டத்திற்கு பெயரிட்டு 1956 ஆம் ஆண்டு அந்த திட்டத்தை செயலாற்றினார். அந்த திட்டத்தினால் 'பள்ளிக்கு சென்றால் ஒருவேலை உணவாவது கிடைக்கும்' என்று நினைத்து பள்ளிக்கு வந்தவர்கள் அதிகம். ஏழை எளிய மக்கள் கல்வி அறிவு பெற வேண்டும் என்பதில் உறுதியாக இருந்தார். அவருடைய ஆட்சிக் காலத்தில் கல்வி கற்ற நிறைய பேர் இன்று பல துறைகளில் அதிகாரியாக தங்கள் வாழ்க்கையை மேம்படுத்துக் கொண்டுள்ளனர். மெட்ராஸ் மாநிலத்தின் வளர்ச்சியை கவனித்த நேரு, "கல்வி வளர்ச்சியில் நாம் அனைவரும் மெட்ராஸ் மாநிலத்தை பின்பற்றுவோம்" என்றும் பிற மாநிலங்களிடம் கூறினார். இந்தியாவிலே மெட்ராஸ் மாநிலத்தில் தான் முதன்முதலில் பொது நூலகச் சட்டம் இயற்றப்பட்டது. மக்கள் தங்கள் பொது அறிவை வளர்த்துக் கொள்ள கிராமம் தோரும் நூலகங்கள் தொடங்கப்பட்டன.

தொழிற்கல்வியும் சிறந்து விளங்க வேண்டும் என்பதற்காக காமராஜர் ஆட்சிக்காலத்தில் 10 பொறியியல் கல்லூரிகள், 9 மருத்துவக் கல்லூரிகள், 12 தொழில் நுட்பக் கல்லூரிகள் தொடங்கப்பட்டன. அனைத்து கல்லூரிகளிலும் பிற்படுத்தப்பட்ட, ஒடுக்கப்பட்ட

மாணவர்களுக்கு உதவித் தொகையும் வழங்கப்பட்டன. கல்வியில் ஒரு பெரும் புரட்சியே உண்டாக்கி மக்கள் வாழ வழிவகை செய்தவர். பல தலைவர்கள் வருவார்கள் போவார்கள் சிலர் வாக்குறுதிக் கூட கொடுக்கலாம் ஆனால் பதவிக்கு வந்தவுடன் சொன்னதை செய்பரே உண்மையான மக்கள் தலைவர். 'கல்வி கண் திறந்த காமராஜர்' என்று மக்களுடைய நம்பிக்கையை பெற்று அவர் அவ்வாறு அழைக்கப்பட ஆரமித்தார்.

கல்வியில் புரட்சி செய்தைத் தொடர்ந்து வேளாண்மையில் விவசாயிகளும் படும் பிரச்சனை அவர் கண்ணில் பட ஆரம்பித்து அது குறித்து தீர்வுக்கான முடிவு செய்து அடுத்த திட்டத்திற்கான பயணத்தை நோக்கி விரைந்தார். தமிழகமெங்கும் விவசாயத் தொழில் செய்து வந்தவர்களுக்கு விளைச்சலுக்கான நீர் கிடைப்பது என்பது மிகவும் கடினமாயிற்று. நாடெங்கும் மழை நீர் பொழிந்து ஆறுகள் வழியாக கடலில் கலந்தாலும் அவற்றை தேவையான விவசாயப் பகுதிக்கு கொண்டுவர சரியான கால்வாய்களும் அணைகளும் இல்லை. இதனை சரியாக அமைத்து தண்ணீரை சேமித்து, தண்ணீர் செல்லும் வழியை சற்று மாற்றி அமைத்தால் அது விவசாயிகளுக்கும் பெரிதும் பயனுள்ளதாக இருக்கும் விளைச்சலும் பெருகும் என்று உறுதியாக நம்பினார். அதனால் நிறைய பாசன வசதி திட்டங்களை நிறைவேற்றினார்.

மணிமுத்தாறு அணை, அமராவதி அணை, சாத்தனூர் அணை, வைகை அணை, ஆரணியாறு அணை, கிருஷ்ணகிரி அணை, பரம்பிக்குளம் - ஆழியாறு அணை, வீடூர் அணை, மேட்டூர்ப் பாசனக் கால்வாய், கீழ்பவாணி அணை, புள்ளம்பாடி அணை, திருமூர்த்தி அணை, மஞ்சள் ஆறு அணை, கோமுகி அணை, சிற்றாறு - பட்டணங்கால் என இவை அணைத்தும் காமராஜருடைய ஆட்சிக்காலத்தில் கட்டப்பட்டவை. அதிலும் பரம்பிக்குளம் - ஆழியார் திட்டத்தை நிறைவேற்ற மிகவும் கடினமான பணியாக அமைந்தது.

அதனை தொடர்ந்து விவசாயிகள் ஏழைகள் பாமர மக்கள் என அனைத்து தரப்பு மக்கள் மத்தியிலும் நீங்காத நாயகனாக இடம் பிடித்து அரசியல் நட்சத்திரமாக உயர்ந்தார். இதற்கு முன்பு அவரை எதிர்த்த அவரை பிடிக்காத பல அரசியல் தலைவர்கள் என எவரும் அவரை நெருங்க முடியாது அளவிற்கு மக்கள் மனதிலும் வரலாற்று பதிவுகளிலும் தன்னை ஆழமாக பதியவைத்துக் கொண்டு வீர நடைப்

போட்டு வளம் வந்துக்கொண்டிருந்தார். மெட்ராஸ் மாநிலத்தின் செயல்பாடுகளை உண்ணிப்பாக கவனித்தவாரு பிற மாநிலங்கள் காமராஜரையும், மெட்ராஸ் மாநிலத்தையும் முன்னுதாரனமாக எடுத்துக்கொண்டு அவர் வகுத்து பல திட்டங்களை தங்கள் மாநிலத்திலும் அறிமுகப்படுத்தி அதை பின் தொடர ஆரமித்தார்கள். அந்தத் தருணத்தில் வந்தது தான் நாட்டின் இரண்டாவது பொதுத் தேர்தல். 1957 ஆம் ஆண்டு பொதுத் தேர்தல் அறிமுகப்படுத்தியப் பின்னர் எல்லா கட்சியிலிருந்து வேட்பாளர்கள் அறிவிக்கப்பட்டு களத்தில் இறங்கினார்கள். ஆனால் காமராஜருடைய எண்ணற்ற சேவைகளை என்றும் மறக்காத தமிழ் மக்கள் தாங்கள் யாருக்கு ஒட்ட போட வேண்டும் என்பதை நன்கு உணர்ந்தவாரு வாக்குச் சாவடியை நோக்கி படையெடுத்தார்கள். இந்த முறை தனது சொந்தத் தொகுதியான சாத்தூர் தொகுதியில் வேட்பாளராக நின்றார் காமராஜர். நாடே போற்றும் ஒரு தலைவனை சொந்த ஊர் மக்கள் கைவிட்டு விடுவார்களா என்ன?

தேர்தல் நடந்து முடிந்து வாக்கு எண்ணிக்கை ஆரம்பமானது. தனது சொந்த தொகுதியில் அதிக வாக்குகள் பெற்று சட்டமன்ற உறுப்பினரானார் காமராஜர். அதுமட்டுமின்றி மெட்ராஸ் மாநிலம் முழுவதும் இத்தனை ஆண்டு காலம் இல்லாத பெரும்பான்மையான இடங்களில் காங்கிரஸ் கட்சியை சேர்ந்த வேட்பாளர்கள் வெற்றி பெற்றனர். மெட்ராஸ் மாநிலத்தில் மட்டுமல்லாமல் நேருவின் திறமையான ஆட்சியால் மத்தியிலும் பெருவாரியான இடங்களை பிடித்து வெற்றியடைந்தது காங்கிரஸ் கட்சி. மீண்டும் இந்திய பிரதமரானார் நேரு.

தமிழக மக்களின் ஆசைக்கு ஏற்ப, மீண்டும் மெட்ராஸ் மாநிலத்தின் முதல்வராக பதவி ஏற்றார். ஆனால் இந்த முறை முதல்வர் நாற்காலியில் அமர்ந்த காமராஜருடைய நிர்வாகத் திறன் சற்று மாறுதலாக அமைந்தது. அதே தருணத்தில் அவருக்கு பல சவால்களும் காத்திருந்தன.

என்ன நடந்தாலும் நான் மக்கள் பணி ஆற்றியே தீருவேன் என்று முடிவெடுத்து எல்லா சவால்களையும் சமாளிக்கும் மன தைரியத்துடன் தமிழக மக்களின் பேராதரவோடு அகில இந்திய அளவில் முன்னேர ஆரமித்தார் தலைவர் காமராஜர்.

भारत INDIA
25
1976
के. कामराज
K. KAMARAJ 1903-1975

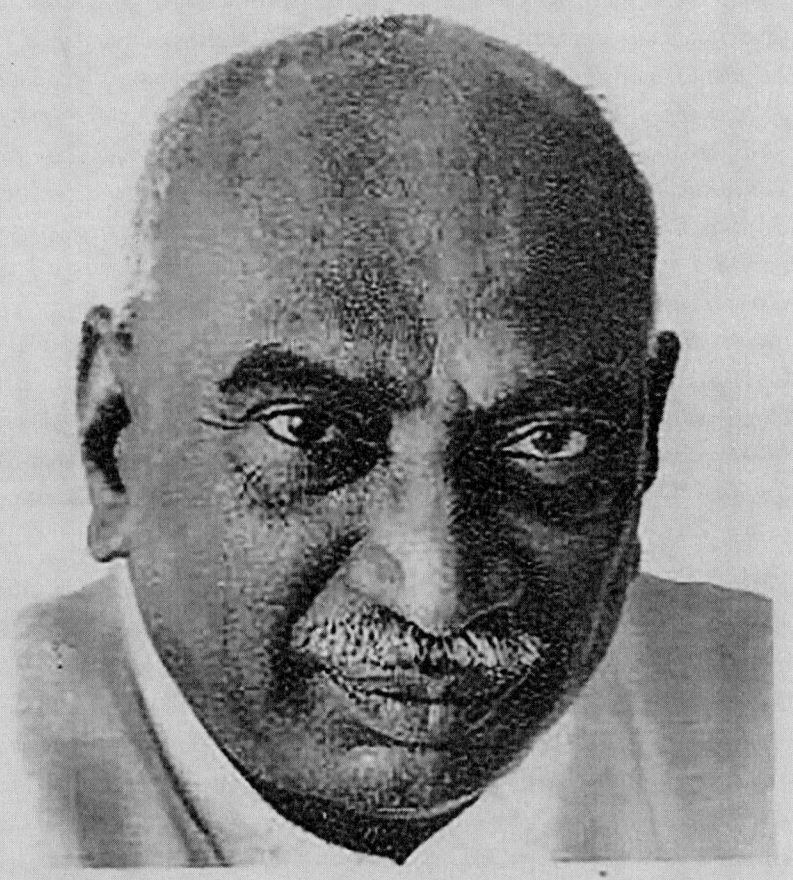

16. மீண்டும் முதல்வர்

காமராஜருடைய பொது வாழ்வில் அவர் சந்தித்த சில மனிதர்கள் அவருடைய வாழ்க்கையில் பல திருப்பு முனைகளுக்குக் காரணமாக இருந்தவர்கள். அவர் மக்களுக்கான பல திட்டங்களை வகுத்தாலும் கட்சியை பற்றியும், தன்னுடைய நிர்வாகத்திறனையும் சரியாக கட்டமைக்க வேண்டும் என்ற எண்ணம் கொண்டவர். அதற்கு நாம் மட்டும் நல்ல சிந்தனையுள்ளவனாக இருந்தால் போதாது தன்னைவிட திறமையானவர்களையும், சிந்தனையாளர்களையும் சேர்த்துக் கொண்டால் தான் நம்மால் சிறந்த ஆட்சியை மக்களுக்கு அளிக்க முடியும் என்றும் நினைத்தார். தியாக சீலர் கக்கன், கே. ராசாராம் நாயுடு, தியாகு பழநி குமாரு பிள்ளை, புலி மீனாட்சிசுந்தரம், என்.ஆர்.தியாகராசன், அ.சிதம்பர முதலியார், ரெ.சிதம்பர பாரதி, டி.எஸ். அருணாசலம், டி.வி.ஆனந்தன், டி.டி. கிருஷ்ணமாச்சாரி போன்றவர்கள் காமராஜருக்கு பெரிதும் உதவியாக இருந்துள்ளார்கள். அதிலும் குறிப்பிட்டு சொல்ல வேண்டும் என்றால் தியாகச் சீலர் கக்கன் காமராஜரிடமிருந்து பெரும் நம்பிக்கையை சம்பாதித்தவர்.

1908 இல் மதுரை மாவட்டம் மேலூரில் உள்ள தும்பைப்பட்டி என்ற கிராமத்தில் பிறந்த கக்கன் ஒரு தாழ்த்தப்பட்ட வகுப்பை சேர்ந்தவர். காமராஜரை போல சிறு வயது முதலே சுதந்திர வேட்க்கைக் கொண்டு காங்கிரஸ் கட்சியில் சேர்ந்தார். பல போரட்டங்களில் கலந்துக்கொண்டு சிறை வாசம் சென்று படி படியாக கட்சியில் வளர்ந்தார். 1934 ஆம் ஆண்டு என்.எம்.ஆர்.சுப்பராமன் வீட்டில் காந்தியடிகள் தங்கியிருந்தபோது தான் கக்கனை அறிமுகம் செய்து வைக்கிறார். அப்போது அவரை பார்த்த காந்தியடிகள் கக்கனை பற்றி நன்றாக தெரிந்துக் கொண்டார். கக்கனின் சிந்தனையும் தாழ்த்தப்பட்ட மக்களுக்கு எதிராக நிகழும் குற்றச்சம்பங்களை போக்க வேண்டும் என்று பேசிய அவருடைய துடிப்பான ஆற்றலையும் கோவத்தையும் கண்ட காந்தியடிகள் கக்கனிடம் ஒரு தலைமை பண்பு இருப்பதாக உணர்ந்தார். அதனை தொடர்ந்து மேலூர் கிராமத்துக்கு வருகை தந்த காந்தியடிகளை கக்கன் தான் வரவேற்று அவரை அழைத்து சென்று அங்கு இருக்கக் கூடிய அனைத்து மக்களையும் சந்திக்க

வழிவகைச் செய்தார். அந்த சுற்றுப் பயணித்தின் போது காந்திக்கு கக்கனை மிகவும் பிடித்துப்போனது. ஒரு முறை பெரியார், காந்தியை எதிர்த்து ராமரின் உருவப்படத்தை எரிக்கப் போவதாக அறிவித்தார்.

''கடவுள் என்பது தனி நபருடைய நம்பிக்கை ராமர் உருவப்படத்தை எரிப்பது எந்த வகையிலும் நியாயமில்லாத ஒன்று''

என்று பெரியாருக்கு எதிராகவே கருத்து சொன்னதும் வரலாற்றில் நிகழ்ந்தேரியது தான்.

மதுரையில் உள்ள மீனாட்சி அம்மன் கோவிலில் தாழ்த்தப்பட்ட வகுப்பை சார்ந்த எவரும் உள்ளே வரக்கூடாது என்ற நிபந்தனை இருந்தது. ஆனால் அதனையெல்லாம் முரியடிக்கும் வகையில் 1939 ஆம் ஆண்டு வைத்தியநாதய்யர் தலைமையில் கோவிலில் நடந்த ஆலய பிரவேசத்தின் போது ஐந்து ஆதித் தமிழர்கள் உள்ளே செல்ல முடிவெடுத்து அதற்கான ஏற்பாடும் நடந்தது. அப்போது அந்த ஐந்து நபரில் ஒருவராக கோவில் உள்ளே சென்று அம்மனை வழிபட்டு வந்தார் கக்கன். இப்படி சிறந்த தலைமைப் பண்பையும் ஏழை எளிய மக்களின் வலிகளை அனுபவித்து வாழ்ந்து பழகியும் இருந்த கக்கன் மேல் இப்போது காமராஜருடைய பார்வைப் பட்டது.

பிறகு இருவரும் மேலும் வலிமைக் கொண்டு முன்னேர துவங்கினார்கள். காமராஜர் முதல்வரானப் பிறகு யாரை தமிழக

காங்கிரஸ் குழு தலைவராக பொறுப்பேற்க செய்வது என்று யோசிக்க, முதலில் அவருக்கு நியாபகம் வந்தவர் கக்கன் தான். அதனை தொடர்ந்து மெட்ராஸ் மாநிலத்தின் காங்கிரஸ் கமிட்டி தலைவராக பொறுப்பேற்றுக் கொண்டார். கக்கனை தலைவராக்கியதன் மூலம் கட்சிக்குள் நிர்வாகத்திறனை சரியாக கையாள முடியும் என்று நம்பினார் காமராஜர். ஆனால் கட்சிக்குள் இருந்த சிலருக்கு அது பிடிக்காமல் இருந்தாலும் தன் முடிவில் எந்த மாற்றமும் இல்லாமல் அவரையே தலைவர் பதவியில் நீடிக்க வைத்தார். கக்கனுடைய தலைமை பண்பு அவரை தேசிய அளவில் மேன்மேலும் உயர்த்தியது. எந்த ஒரு பின்பலமும் இல்லாமல், ஆதிக்க வகுப்பை சேர்ந்தவருமாக இல்லாமல் சொந்த உழைப்பால் மட்டுமே முன்னேறிய கக்கனை மக்களும் கவனிக்க தவறவில்லை. காமராஜர் முதல்வரான போது கக்கனுக்கு அமைச்சர் பதவியையும் கொடுத்தார்.

பொதுப்பணி, உள்துறை, நிதி, கல்வி, சிறை, தொழிலாளர் நலம், அறநிலையத்துறை, அரிஜன நலம், போன்ற அமைச்சர் பதவியில் இருந்தவர். எந்த துறையை எடுத்துக்கொண்டாலும் அதில் சிறந்து விளங்கி அனைவருடைய கவனத்தையும் ஈர்த்துக் கொண்டவர். அதுமட்டுமின்றி காவல் துறை அமைச்சராகவும் பதவி வகுத்தவர்.

கக்கனுக்குப் பிறகு எந்த ஒரு தாழ்த்தப்பட்ட சமூகத்தை சேர்ந்தவரும் இந்த உயரத்தை தொட்டது கிடையாது. இதற்கு முழுக் காரணம் கக்கனின் கடின உழைப்பும், அவருக்கு துணையாக இருந்த காமராஜரும் ஆவார். பின் 1981 ஆம் ஆண்டு உடல் நல குறைவால் காலமானார். தன்னை அடக்கிய அத்தனை கைகளையும் உடைத்தெரிந்துவிட்டு அதிகாரத்தின் உச்சுக்கு சென்று எளிய மக்களின் நம்பிக்கையை பெற்ற கக்கனை மக்கள் என்றும் மறவாமல் தங்கள் வாழ்க்கைக்கான சிறந்த முன்னுதாரணமாகவும் கருதுகிறார்கள்.

தான் ஒரு பக்கம் முதல்வர் பதவியை வகித்து நல்லாட்சி புரிந்து வந்த அதே சமயத்தில் தனக்கு நிகரான மற்றவர்களையும் சேர்த்து உயரத்துக்கு அழைத்து சென்றுக் கொண்டிருந்தார் காமராஜர். கட்சி நிர்வாகிதிறனையும் ஆட்சி நிர்வாகத்திறனையும் சரியாக கையாண்டு கொண்டிருந்தார்.

காமராஜர் நாத்திகரா? ஆத்திகரா? என்பதில் நிறைய பேருக்கு சந்தேகம் இருந்தது. காமராஜரிடம், 'உங்களுக்கு கடவுள் நம்பிக்கை இருக்கிறதா?' என்று யாரவது கேட்டால் 'ஆமாம்' என்றே பதில்

கூறி வந்தார். ஆனால் அவர் தினமும் கடவுளை வணங்குவதில்லை, விளக்கு ஏற்றுவது, பால் குடம் எடுப்பது என அதற்கான எந்த செயலிலும் ஈடுப்பட்டது கிடையாது. இதையெல்லாம் வைத்து அவர் நாத்திகர் தான் என்று சொல்பவர்களும் உண்டு. ஆனால் நான் யார் என்பதில் மிக தெளிவாக இருந்தவர் தான் காமராஜர். அவருக்கு முன்னால் இருப்பவர்கள் நாத்திகரா? ஆத்திகரா? என்பதைவிட மனிதன் என்ற கண்ணோட்டத்தில் மட்டுமே பார்த்தவர். ஆத்திகம், நாத்திகம் என்பது தனி நபர் விருப்பம் ஆனால் ஒரு அரசியல்வாதி பொதுவானவன். மக்களுக்கானவன். அதனால் அனைத்து தரப்பு மக்களின் நம்பிக்கைகளுக்கு மதிப்பளிக்க வேண்டும். கம்யூனிச சமுதாயத்தில் கூட பூசை புனஸ்காரம் எல்லாம் இருக்கத்தான் செய்கிறது என்று காமராஜரே கூறியிருக்கிறார். அதே நேரத்தில் மதம் சொல்லும் மூட நம்பிக்கையை கடுமையாக எதிர்ப்பார். ஒருவனை நல் வழிப் படுத்துவதற்காக தான் எல்லா மதமும் தோன்றியது. காலம் மாறும் போது மதத்தின் கொள்கைகளையும் மாற்றி அமைக்க வேண்டும். இல்லையென்றால் அது பழமைவாதம் என்ற குழிக்குள் விழுந்து நம்மையும் உடன் அழைத்து சென்றுவிடும். என் முன்னால் இருப்பது ஒரு மனிதன் அவனை மனிதனாக மட்டுமே நான் பார்க்கிறேன் என்று தெளிவாக அவர் சிந்தனையை கூர்மையாக்கி எந்த வித குழப்பதிற்கும் உள்ளாகாமல் இயங்கிக்கொண்டிருந்தார்.

தொழில் வளர்ச்சி, கல்வியில் புரட்சி, வேளாண்மை செழிப்பு, அணைகளின் கட்டமைப்பு என மெட்ராஸ் மாநிலத்தின் வளர்ச்சி விண்ணை நோக்கி சென்றிருக்க பெரியாரின் திராவிடர் கழகத்திலிருந்து பிரிந்து திமுக எனும் தனிக்கட்சி துவக்கிய சி.அண்ணாத்துரை அவர்களும் தமிழகத்தில் வேகமாக வளரத்துவங்கினார். குறிப்பாக சினிமாவின் மூலம் அவர்கள் தங்கள் கருத்துக்களை மக்களிடையே கொண்டு செல்ல அதற்கு இளைஞர்களிடையே வரவேற்பும் அதிகமிருந்தது என்பதையும், அவர்கள் இயக்கம் வளர கருணாநிதி என்ற வசனகர்த்தாவும் எம்.ஜி.இராமச்சந்திரன் என்ற நடிகரும் மிகப்பெரிய சக்தியாக உருவெடுத்து வருவதையும் காமராஜர் கவனிக்கத் துவங்கினார்.

அதே நேரத்தில் 1962 ஆம் ஆண்டு பொது தேர்தல் அறிவிக்கப்பட்டது.

எப்போதும் போல தமிழ் மக்கள் மீது நம்பிக்கை வைத்து மீண்டும் தன் சொந்த தொகுதியான சாத்தூர் தொகுதியில் போட்டியிட்டாடர் காமராஜர். மத்தியில் தேர்தல் நடக்க, அகில இந்திய அளவில்

மீண்டும் காங்கிரஸ் கட்சியே வெற்றி பெற்றது. மீண்டும் அரியணை ஏறி பிரதமராக பதவி ஏற்றார் நேரு. தன் சொந்த தொகுதியான சாத்தூரில் போட்டியிட்ட காமராஜரும் வெற்றி பெற்றார். மெட்ராஸ் மாநிலத்திலிருந்து அதிக சட்டமன்ற உறுப்பினர் மக்களால் தேர்ந்த்டுக்கப்பட்டு காங்கிரஸ் கட்சி வெற்றி பெற்றது. மீண்டும் மக்களின் அனுமதியுடன் முதலவரானார் காமராஜர்.

ஆனால் கடந்த முறையைவிட இந்த முறை குறைவான இடங்களையே காங்கிரஸ் கைப்பற்றியது. 151 இடங்களிலிருந்து 139 இடங்களாக குறைந்த அதே நேரத்தில் வலுவான ஒரு எதிர் கட்சியாக 50 இடங்களை கைப்பற்றியது தி.மு.க. காங்கிரஸ் ஆட்சி அமைத்தாலும் தி.மு.க வின் வளர்ச்சியை காமராஜர் நினைவில் கொள்ளாமல் இல்லை. ஆட்சியில் இருப்பதைத் தாண்டி காங்கிரஸ் தான் ஆரம்பத்திலிருந்தே அவருக்கு மிகவும் நெருக்கமானதாக இருந்தது. தீவிர காங்கிரஸ்வாதியான காமராஜர் கட்சிக்குள் இருக்கும் சில விரிசல்கள், சலசலப்பு மற்றும் சில உட்பிரச்சனைகளை எண்ணி மிகவும் மனவேதனை அடைந்தார். அதனை சரி செய்யும் வேலையாக மிகப் பெரிய ஒரு திட்டத்தை கொண்டு வந்தார்.

நாடே போற்றும் வகையில் காமராஜருடைய திட்டத்திற்கு பெயர் வைக்கப்பட்டது. அப்படி காங்கிரஸை மீட்டெடுக்க அவர் கொண்டு வந்த திட்டம் தான் ‘K PLAN’.

17. கே.பிளான் எனும் மாஸ்டர் பிளான்

காமராஜருடைய ஆட்சியினால் மெட்ராஸ் மாநிலம் சிறந்து விளங்கினாலும், கட்சியில் சிலரது பதவி ஆசையினால் காங்கிரஸ் கட்சி தன் சுறுசுறுப்பை இழந்து காணப்பட்டது. இளைஞர்களிடமும் வரவேற்பு இல்லாத சூழல்.

காங்கிரஸ் கட்சியின் இந்த நிலை தொடர்ந்தால் மக்களிடம் செல்வாக்கு இழந்து, கட்சி முழுமையாக அழிந்துப் போகும் என்று நினைத்து மன வேதனை அடைந்தார் காமராஜர். மீண்டும் காங்கிரஸ் கட்சி புத்துயிர் பெற வேண்டும் என்று நினைத்தவர், அவரே அதற்கு முன்னுதாரனமாக விளங்கும் அளவிற்கு ஒரு திட்டத்தை வகுத்து நேருவிடம் சொல்வதற்காக டெல்லிக்கு சென்றார்.

'பதவியின் மேலும் சர்க்கார் வேலையின் மீதும் காங்கிரஸ் வாதிகளுக்கு அதிக ஆசை வந்து அதை மட்டுமே சுற்றி வந்துக்கொண்டிருந்தார்கள். அதனால் கட்சியில் இருக்கும் மூத்த தலைவர்கள், மந்திரிகள், பதவியில் இருக்கும் தலைவர்கள் என அனைவரும் பதவியிலிருந்து விலகி கட்சி பணியை செய்வதின் மூலம் பதவியின் மேல் இருக்கும் கவர்ச்சியும் குறையும் அடுத்த தலைமுறையினரான இளைஞர்களும் பதவியில் அமர்வார்கள்'. இது தான் காமராஜர் வகுத்த திட்டம். இந்த திட்டத்தை செயலாற்ற அவரே முதல் ஆளாக மெட்ராஸ் மாநிலத்தின் முதல் அமைச்சர் பதவியிலிருந்து விலகுவதாக அறிவித்தார். இந்த திட்டத்தை பற்றி நேருவிடம் சொன்னபோது ஏகமனதாக வரவேற்றார்.

அகில இந்திய காங்கிரஸ் கமிட்டி கூட்டத்தில் காமராஜர் திட்டம் என முன்மொழிய இந்திய தலைவர்கள் அனைவரும் இதனை வரவேற்றனர். பதவியில் இருக்கும் அனைத்து காங்கிரஸ் தலைவர்களும் தங்கள் ராஜினாமா கடிதத்தை நேருவிடம் கொடுத்துவிடுவார்கள். நேரு யாரெல்லாம் பதவியிலிருந்து விலகி கட்சி பணி செய்தால் நன்றாக இருக்கும் என்று எண்ணி எந்த ராஜினாமா கடிதத்தை ஏற்கிறாரோ அவர்கள் பதவி விலக வேண்டும் என்று முடிவு செய்யப்பட்டது. அந்த கூட்டத்தில் நேரு இன்னொரு

முடிவையும் மேற்கொண்டார். அதனை கேட்ட காமராஜர் உட்பட அங்கிருந்த உறுப்பினர்கள் அனைவரும் அதிர்ந்தனர்.

“காமராஜரின் திட்டத்தின் படி மூத்த தலைவர்கள் அனைவரும் பதவி விலகி கட்சி பணியை ஆற்றும் தருவாயில் நான் பதவியிலிருந்தால் அது நன்றாக இருக்காது அதனால் நானும் என் பிரதமர் பதவியை ராஜினாமா செய்துவிட்டு கட்சி பணி செய்யப் போகிறேன்” என்று அனைவரின் முன்னிலையில் கூறினார் நேரு. அரங்கத்திலிருந்த அனைவரும் அதற்கு தங்களின் எதிர்ப்புகளை தெரிவித்தனர். அங்கிருந்த காமராஜரும் நேருவின் பதவி விலகலை ஏற்க மறுத்தார். கூச்சலுக்கு நடுவே பேச ஆரமித்த காமராஜர்,

“தற்போது நீங்கள் பதவி விலகினால் இந்திய நாடு ஆட்டம் கண்டுவிடும், இந்திய நாட்டின் சரியான நிர்வாக கட்டமைப்பை அமைத்து சிறந்த முறையில் ஆட்சி செய்து வரும் நீங்கள் பதவி விலகினால் நாட்டு மக்களும் அனைவரும் இதனை ஏற்க மாட்டார்கள். இதனை மீறி நீங்கள் பதவி விலகினால் நான் அறிவித்த என்னுடைய திட்டத்தை நானே திரும்ப பெற்றுக்கொள்கிறேன்”

என்று அனைவரின் முன்னிலையிலும் கூற கூச்சல் ஓய்ந்திருந்த படி கூட்டம் காமரஜருடைய கருத்துக்கு ஆதரவு தெரிவிக்கும் வகையில் கரவொலி எழுப்பியது. அதனை கேட்ட நேரு தான் பதவி விலகும் முடிவை திரும்ப பெற்றார். 1963 ஆம் ஆண்டு காந்திஜியின் பிறந்த நாளான அக்டோபர் 2 ஆம் நாள் தன் முதல் அமைச்சர் பதவியை ராஜினாமா செய்தார் காமராஜர். அவருக்கு அடுத்து எம். பக்தவத்சலம் மெட்ராஸ் மாநிலத்தின் முதல்வராக பதவி ஏற்றார்.

காமராஜருடைய பதவி விலகல் மக்கள் மனதில் பேரதிர்ச்சியை ஏற்படுத்தியது. சாமானிய மக்களில் தொடங்கி செல்வந்தர்கள் வரை அதனை நினைத்து வருந்தினார்கள். பிற கட்சியை சேர்ந்தவர்கள் உட்பட பல அரசியல் தலைவர்கள் சமூகப் போராளிகள், காமராஜருடைய இந்த முடிவை கடுமையாக எதிர்த்தனர். மூவேந்தர் ஆட்சியை விட சிறப்பான ஆட்சியை காமராஜர் தந்துக் கொண்டிருக்கிறார் என்று கூறிய பெரியார், காமராஜர் மீது கோவம் கொண்டு,

“தாங்களாகவோ அல்லது பிறரது ஆலோசனை காரணமாகவோ முதலைமச்சர் பதவியிலிருந்து விலகியது, தமிழர்களுக்கும் தங்களுக்கும் தற்கொலைக்கு ஒப்பானதாகும்”

என்று விமர்சித்தார். காமராஜருடைய ஆரம்பகாலம் முதலே அவரை நன்கு அறிந்தவர் தான் பெரியார். காங்கிரஸ் கட்சியை எதிர்த்தாலும் காமராஜர் மீதும் அவர் சிந்தனை மற்றும் செயல்களையும் கண்ட பெரியாருக்கு அவர் மேல் தனி ஆதரவும் உண்டு. பெரியாரை தொடர்ந்து சினிமா நட்சித்திரங்களாக இருந்த எம்.ஜி.ஆர், சிவாஜி கணேசன், கவிஞர் கண்ணதாசன் என அனைவருடைய மனமும் காமராஜருடைய பதவி விலகலை எற்றுக் கொள்ள மறுத்தது.

“ஆன்மிகத்தில் கண்ணபெருமான் அரசியலில் காமராஜர் என்பதே என் இதய கோஷமாக இருந்தது” என்று சொல்லும் அளவிற்கு காமராஜர் மீது அதிக அன்பு வைத்திருந்தார் கவிஞர் கண்ணதாசன். காமராஜருடைய பதவி விலகலை கேட்டு பெரிதும் அதிர்ச்சி அடைந்தார். அவரை பற்றியும் அவருடைய சாதனைகளை விவரிக்கும் வகையில் பல இதழ்களில் கட்டுரை எழுதுவது, கவிதை எழுதுவது, பிறந்தநாள் விழா, மாநாடுகளில் அவரை பாராட்டி கவிதை படிப்பது மற்றும் படிக்காத மேதை, பட்டிக்காடா பட்டணமா, ராஜபார்ட் ரங்கதுரை போன்ற பல படங்களில் காமராஜரை நினைவு படுத்தும் வகையில் பாடல் வரிகளை அமைப்பது என கிடைக்கும் சந்தர்ப்பங்களில் எல்லாம் காமராஜரின் புகழ் உச்சரிக்க மறக்காதவர். கடைசி வரை காமராஜர் வழி நின்றவர்.

காமராஜரின் பதவி விலகலை சற்றும் விரும்பாத, எதிர் பார்க்காத நடிகர் திலகம் சிவாஜி, இனி மக்களின் நிலையை எண்ணி மிகவும் வருந்தினார். சினிமாவில் வளம் வந்து கொண்டிருந்த போது தலைவர் காமராஜரால் பெரிதும் ஈர்க்கப்பட்டு திராவிட சிந்தனையிலிருந்து விலகி காங்கிரஸ் பக்கம் வந்தார். அவரது ரசிகர்கள் பெரும்பாளானவர்கள் காங்கிரசில் சேர்ந்தார்கள். காமராஜருக்கும் சிவாஜி கணேசன் மீது தனி பிரியம் உண்டு.

எல்லோரும் திராவிட கொள்கையால் ஈர்க்கப்பட்டு முதலில் திராவிட சிந்தையின் தாக்கத்தால் தி.மு.க வில் சேர்ந்து பின் காமராஜரின் மீதிருந்த அதிக அன்பினால் காங்கிரஸில் இணைந்தார்கள். ஆனால் ஒருவர் மட்டும் இதற்கு நேர்மாரான செயலில் ஈடுப்பட்டார். அவர் தான் புரட்சி தலைவர் எம்.ஜி.ஆர். முதலில் காங்கிரஸ் மீதும் அதன் கொள்கையின் மீதும் அதிகம் நாட்டம் கொண்டவர். பின் சினிமாவில் நட்ச்சத்திரமாக மின்னிய தருணத்தில் அண்ணாவின் பேச்சால் ஈர்க்கப்பட்டு திராவிட சிந்தையின் தாக்கத்தால் தி.மு.க வில் இணைந்தார். அப்படியிருந்தும் எம்.ஜி.ஆருக்கு காமராஜர் மீது ஒரு

பெரிய மரியாதையும் பாசமும் இருந்தது. அதற்கு எடுத்துக்காட்டாக, ஒரு முறை காமராஜரின் பிறந்த நாளையொட்டி நடந்த விழாவில் மேடை ஏறிய எம்.ஜி.ஆர் காமராஜரை பாராட்டி புகழ்ந்து பேசினார். அதில், "அண்ணா என் வழிகாட்டி, காமராஜர் என் தலைவர்" என்றும் குறிப்பிட்டார். காமராஜரும் எம்.ஜி.ஆரின் எளிமையையும் மக்கள் நலம் போற்றும் சிந்தனையையும் கவனிக்க மறக்காதவர். போர் நிதிக்காக முதல் குடிமகனாக காசோலையை வழங்கிய எம்.ஜி.ஆரை நினைத்து மனம் நெகிழ்ந்து போனார் காமராஜர்.

எளிய மக்கள், அரசியல் தலைவர்கள், திரை நட்சத்திரங்கள் என அனைவரின் மனங்களையும் முதல்வராக வென்ற காமராஜர், தன் பதவியை ராஜினாமா செய்ததைத் தொடர்ந்து அனைவரும் வேதனை அடைய, தன்னுடைய இலக்கை வேறு ஒரு பாதைக்கும், காங்கிரசின் நீண்ட எதிர்காலத்துக்கும் பயன்பெறும் நோக்கம் கொண்டு காங்கிரசின் அடுத்த அத்தியாத்தை எழுத அகில இந்திய அளவில் காங்கிரசின் தலைவராகும் அளவிற்கு தன் பொறுப்பாற்றலை வளர்த்துக் கொண்டார்.

அகில இந்திய காங்கிரஸ் தலைவராகவும் பதவி ஏற்று தென்னாட்டிலிருந்து ஒரு தமிழனாக, இந்தியாவின் முடிசூடா மன்னனாக மக்கள் மத்தியில் வளம் வந்து, உலக அளவில் தன்னை நிலை நட்டிக்கொள்ள விரைந்தார்.

18. அகில இந்தியத் தலைவர்

உடனே டெல்லிக்கு வந்து என்னை சந்திக்கவும் – பிரதமர் அலுவலகம் டெல்லி.

நேருவிடமிருந்து வந்த அழைப்பை ஏற்று என்னவோ ஏதோ என உடனே டெல்லி விரைந்தார் காமராஜர். காமராஜரின் கே.பிளான் எனும் திட்டம் நேருவை வெகுவாக கவர்ந்தது. அது மட்டுமின்றி இனி கட்சியின் நலனில் பங்கெடுப்பதற்கு காமராஜர் போன்ற நபர்கள் பெரிதும் துணையாக நிற்பார்கள் என்ற நம்பிக்கையையும் கொடுத்தது. அதன் விளைவுதான் இந்த உடனடி அழைப்பு. அடுத்து அகில இந்திய காங்கிரஸ் தலைவராக யாரை தேர்ந்தெடுக்கலாம் என்ற கேள்வி வர, செயற்குழு கூட்டம் கூடியது. அதில் காமராஜர், லால்பகதூர் சாஸ்திரி, அதுல்யா கோஷ் போன்ற பெயர்கள் அடுத்த தலைவருக்காக பரிந்துரைக்கப்பட்டன. ஆனால் நேரு, காமராஜரே அடுத்த தலைவராக வர வேண்டும் என்று விரும்பினார். இதனைப் பற்றி பேச தான் காமராஜரை டெல்லிக்கு அழைத்தார்.

நேருவின் விருப்பத்தை தெரிந்துக்கொண்ட காமராஜர் முதலில் அதற்கு மறுப்பு தெரிவித்தார். 'தமிழகத்தில் கட்சி வேலை செய்யவே முதல் அமைச்சர் பதவியை ராஜினாமா செய்தேன், ஆகவே அகில இந்திய காங்கிரஸ் தலைவராக விரும்பவில்லை அதனால் நான் தமிழகத்தில் வேலை செய்கிறேன் அகில இந்திய அரசியலுக்கு என்னை இழுக்காதீர்கள்' என்று திட்டவட்டமாக கூறிவிட்டார். அதனை எதிர்த்த நேரு, 'நீங்கள் நிச்சயமாக காங்கிரஸ் தலைவர் பதவியை ஏற்றுக்கொண்டு தான் ஆக வேண்டும்' என்று கண்டிப்புடன் சொல்ல, மௌனம் காத்தார் காமராஜர். கட்சிக்காக பணி செய்ய வேண்டும் என்று நாமே கூறிவிட்டு அதற்கான தலைமை பதவி வகிக்க மறுத்தால் நாம் அறிமுகப்படுத்திய திட்டத்தை நாமே உதாசின படுத்துவது போன்று ஆகிவிடும் என்று முடிவு செய்து நேருவின் ஆசைக்கு இனங்க அகில இந்திய காங்கிரஸ் தலைவர் பதவியை ஏற்க சம்மதித்தார்.

அக்டோபர் 09, 1963 அன்று அகில இந்திய காங்கிரஸ் தலைவராக பதவி ஏற்றார். இப்போது உள்ள காலக்கட்டத்தில் தேசிய தலைவர்கள்

அருண் கே. பிரசாந்த்

யாராவது ஒருவர் தமிழ் நாட்டிற்கு வருகை தர வேண்டும் என்றால் அது பேரிடர் காலங்களிலும் அல்லது எதேனும் தலைவர்களின் சிலை திறப்பு விழாவிற்கு மட்டுமே சாத்தியமாக இருக்கும் நிலையில், தமிழ் நாட்டிலிருந்து ஒரு தலைவர் அகில இந்திய காங்கிரஸ் தலைவராக பதவி ஏற்று இந்திய மக்கள் அனைவராலும் ஏற்றுக்கொண்ட ஒரு தேசிய தலைவராக திகழ்கிறார் என்றால் இந்த இமையத்தை அடைய எத்தனை ஆண்டு காலம் உழைப்பை கொடுத்திருப்பார் என்பது நம்மால் நினைத்துக் கூட பார்க்க முடியாத ஒரு நெடும் பயணத்தை உள்ளடக்கியது. அந்த கடின உழைப்புக்கு பலனாக மக்களின் பேரன்புக்கு சொந்தக்காரரானார் அகில இந்திய காங்கிரஸ் தலைவர் காமராஜர். இதற்கு முன்பு சேலம் விஜயராகவாச் சாரியும், அவருக்கு அடுத்து எஸ். ஸ்ரீனிவாச ஐயங்காரும் தமிழகத்திலிருந்து அகில இந்திய காங்கிரஸ் தலைவராக தேர்ந்தெடுக்கப் பட்டார்கள். அடுத்து தலைவர் காமராஜர் தமிழகத்திலிருந்து தேர்ந்தெடுக்கப்பட்டு மூன்றாவது அகில இந்திய காங்கிரஸ் தலைவராக பொறுப்பேற்றுக் கொண்டார். அவர் தலைமையில் புவனேஸ்வரம் மகாசபை கூட்டம் முடிந்தவுடன், மக்கள் மனதில் காங்கிரசின் கொள்கைகளை பரப்பும் நோக்கில் இந்தியா முழுக்க சுற்று பயணம் செல்வதாக முடிவெடுத்து நேரடியாக மக்களை சந்திக்க புறப்பட்டார்.

அடுத்த விநாடிகளை யூகிக்க முடியாத வாழ்க்கையின் மிகப் பெரிய ரகசியம் நமக்கு என்ன சொல்ல வருகிறது என்பதை எவராலும் உறுதியோடு கூற முடியாது என்பதே உண்மை. அப்படியான ஒரு துக்க செய்தி சுற்றுப் பயணத்திலிருந்த காமராஜரின் காதுக்கு வந்தது. மெட்ராஸ் மாநிலத்தில் சுற்றுப் பயணம் செய்து கொண்டிருந்த போது நேருவிற்கு உடல்நிலை மோசமாக இருப்பதாக வந்த செய்தியை கேட்டு அதிர்ந்து போனார். உடனே எல்லா வேலைகளையும் பாதியில் விட்டுவிட்டு விமானம் மூலம் டெல்லிக்கு புறப்பட்டார்.

புவனேஸ்வரம் மகாசபை கூட்டம் நடைபெறும் போதே நேரு உடல்நிலை சரியில்லாததனால் அவரால் அதில் கலந்துக் கொள்ள முடியவில்லை. அகில இந்திய தலைவர் பதவியை ஏற்றுக் கொண்டு தான் உரையாற்றும் முதல் கூட்டத்தில் நேரு இல்லை என்ற வருத்தம் காமராஜருக்கு இருந்தாலும் அவரின் உடல்நிலை விரைவில் குணமடைய வேண்டும் என்று நினைத்தார். ஆனால் இவ்வளவு பெரிய மோசமான நிலைக்கு நேரு ஆளாவார் என்று அவர் நினைக்கவில்லை. விமானத்தில் பறந்து கொண்டிருந்த தருவாயில்

இது போன்ற எண்ணற்ற யோசனையில் காமராஜர் மனம் வாட, டெல்லியிலிருந்து வந்த செய்தி அவரை மேலும் துக்கத்துக்கு அழைத்து சென்றது. ஆம்... நேருஜி இறந்துவிட்டார் என்பது தான் அந்த செய்தி. அந்த செய்தி கேட்டு மனம் தாங்கமுடியாமல் விமானத்திலேயே கண்ணீர் வடித்தார்.

காந்திஜிக்கு அடுத்து இந்த நாட்டை சரியான பாதையில் வழி நடத்த எல்லா முயற்சிகளையும் முன்னெடுத்து உயர்த்தியவர் நேரு. இன்று அவரும் இல்லாமல் இந்த நாட்டையும் நாட்டு மக்களையும் கட்சியை வழி நடத்தும் பெரும் வேலையை செய்ய இனி யவரால் முடியும் என்று யோசனையிலே டெல்லி செல்ல, அங்கு நேருவை காண பெரும் திரலான கூட்டம் நின்றுக் கொண்டிருந்தது. இந்திய மக்கள் மட்டுமின்றி உலகம் முழுவதும் உள்ள மக்களும், அரசியல் தலைவர்களும் நேருவின் இறப்புக்கு துக்கம் வடித்தார்கள். சுதந்திர இந்தியாவுக்காக பல போராட்டாங்களை நடத்தி, அதில் பெரும் வெற்றியை கண்டு, அதன் பிறகு சுதந்திர இந்தியாவின் முதல் பிரதமராக பதவி வகித்து நல்லாட்சி புரிந்த நேருவை இன்று வரை மக்கள் தங்கள் மனதில் வைத்து கொண்டாடி வருகிறார்கள்.

ஆனால் இனிமேல் தான் இந்தியாவுக்கான பெரும் சோதனை இருப்பதாக காமராஜர் உணர்ந்தார். நேருவின் மறைவை தொடர்ந்து இனி இந்தியாவில் காங்கிரஸ் ஆட்சி காலம் முடிந்துவிட்டது, இனி மக்கள் மத்தியில் காங்கிரஸ் நம்பிக்கையை இழந்துவிடும் எனவும் உலக அரங்கில் பேசப்பட்டது. நேருக்கு அடுத்து இந்திய நாட்டின் பிரதமர் யார் என்று உலக பத்திரிக்கைகள், ஊடகங்கள் கேள்வி எழுப்பின. ஆனால் இன்னும் நேருவின் இறப்பில் இருந்து மீள முடியாத காங்கிரஸ் தலைவர்கள் பலர் அந்த கேள்விகளுக்கெல்லாம் என்ன பதில் சொல்வது என்று தெரியாமல் திணரினார்கள். ஆனால் தன் உயிருக்கு உயிரான நண்பனை போல பழகிய நேருவின் இழப்பை தாங்கிகொண்டு அடுத்து என்ன செய்வது என்பதை யோசிக்க வேண்டும் என்று மனதை தேற்றிக்கொண்டு முன் வந்தார் காமராஜர் என்னும் பெருந்தலைவர்.

இடைக்கால பிரதமராக உடனே குல்சாரிலால் நந்தா பதவியேற்றுக் கொண்டார். காங்கிரஸ் தலைவராக இருந்த காமராஜரை அழைத்து ஜனாதிபதி ராதாகிருஷ்ணன், 'விரைவில் நாம் அடுத்த பிரதமரை தேர்ந்தெடுத்தாக வேண்டும்' என்று கூறினார். உடனே காமராஜர் தலைமையில் பாராளுமன்ற காரிய கமிட்டி கூட்டம் கூடியது. அதில்

கட்சியின் மூத்த தலைவர்கள் உட்பட அனைவரும் ஒருமனதாக ஒருவரை தேர்ந்தெடுப்பதில் பெரும் குழப்பம் ஏற்பட்டது. கட்சிக்குள்ளே பலர் பல கருத்துக்களை கொண்டு வந்தார்கள். அந்த கூட்டம் நடந்து முடிந்த பிறகு கட்சியினுள் இருப்பவர்களை பற்றியும் அனைவரையும் ஒன்று சேர்ப்பது பற்றியும் மிக தீவிரமாக யோசித்தார் காமராஜர். மீண்டும் பாராளுமன்ற காரியக் கமிட்டி கூட்டத்தை கூட்டினார். அப்போது அவர் பேசியது,

"நாம் அனைவரும் ஒற்றுமையாக இருக்க வேண்டிய தருணம் இது. நேருவின் மறைவுக்கு பிறகு காங்கிரஸ் தன் இயல்பு நிலையை இழந்து கட்சிக்குள் பிரிவினை ஏற்பட்டு காங்கிரஸே காணாமல் போகும் என்று அனைவரும் சொல்லுகிறார்கள் அதனையெல்லாம் முறியடிக்கும் வகையில் நாம் அனைவரும் போட்டியின்றி ஒருமனதாக ஒருவரை பிரதமராக்க வேண்டும் அதற்கு நீங்கள் அனைவரும் எனக்கு ஒத்துழைக்க வேண்டும்" என்று கேட்க்க அனைவரும் அதற்கு சம்மதித்தார்கள். அங்கு கூடிய காரிய கமிட்டி கூட்டத்திற்கு காமராஜரே தலைமை வகிக்கும்படி அனைவரின் சார்பாக முடிவு செய்யப்பட்டது. இதனால் இந்தியாவின் அடுத்த பிரதமரை தேர்ந்தெடுப்பதற்கான முடிவை எடுக்கும் இடத்துக்குச் சென்றார் காமராஜர். உலக பத்திரிக்கைகளில் காமராஜரின் பெயர் முதல் பக்கத்தில் வெளிவர, யார் இந்த காமராஜர்? என்று உலக அரங்கில் இருக்கும் முக்கிய தலைவர்கள் அவரை ஆராய ஆரமித்தார்கள். உலகமே கமராஜரின் முடிவை எதிர்ப்பார்த்து காத்திருந்தது.

அடுத்தடுத்த தினங்களில் இந்தியா முழுவதிலும் உள்ள அனைத்து மாநில முதல் அமைச்சர்களை அழைத்து பேசி, கட்சியின் முக்கிய தலைவர்களை சந்தித்து, பாராளுமன்ற காங்கிரஸ் உறுப்பினர்களிடம் கலந்துரையாடி என அனைவரின் விருப்பத்தையும் கேட்டு தெரிந்துக் கொண்டார். இறுதியில் லால்பகதூர் சாஸ்திரி மற்றும் மொரார்ஜி தேசாய் என இருவரின் பெயர்களில் வந்து முடிந்தது. உடனே மொரார்ஜி தேசாயை காமராஜர் சந்தித்து, "பாராளுமன்ற உறுப்பினர்கள் அனைவரும் லால்பகதூர் சாஸ்திரிக்கு ஆதரவாக இருக்கிறார்கள்" என்று சொல்ல, நிலைமையை புரிந்துக் கொண்ட மொரார்ஜி தானும் லால்பகதூர் சாஸ்திரிக்கே ஆதரவளிப்பதாக சொன்னார்.

ஜூன் 2 1964 ஆம் ஆண்டு இந்திய நாட்டின் பிரதமராக லால் பகதூர் சாஸ்திரி போட்டியின்றி தேர்ந்தெடுக்கப் பட்டு பொறுப்பேற்றுக் கொண்டார். அப்போது பேசிய காமராஜர்,

"நேருவிற்கு இணையாக நாம் இன்னொருவரை கண்டறிய முடியாது. இதுவரை நேருவின் கரங்களால் நாம் அரவணைக்கப்பட்டு எது நடந்தாலும் நேரு இருக்கிறார் என்ற தைரியத்துடன் இருந்தோம். நம் சிறு சிறு தவறுகளை மன்னித்து நேருவிற்காக மக்கள் நமக்கு வாக்களித்துள்ளார்கள் ஆனால் இனிமேல் நாம் அனைவரும் ஒற்றுமையாகவும் மிக கவனமாகவும் இருக்க வேண்டும்" என்று பேசி தன் உரையை முடித்தார்.

நேருவிற்கு பிறகு யார் அடுத்த பிரதமர்? என்று உலக அரங்கில் கேள்வி எழுப்பி, அனைவரின் பார்வையும் இந்தியாவை நோக்கி இருந்த இக்கட்டான சூழ் நிலையை சமாளித்து காங்கிரஸ் கட்சியை ஒன்று சேர்த்து அனைவரின் பேராதரவுடன் லால் பகதூர் சாஸ்திரியை பிரதமராக பதவி ஏற்க செய்த காமராஜரை உலக தலைவர்கள் கவனிக்க ஆரமித்தார்கள். இந்திய நாட்டின் இரண்டாவது பிரதமரை ஒரு தமிழன் தான் தேர்ந்தெடுத்து நமக்கு அளித்துள்ளார் என்பதை வரலாறு என்றும் நினைவு கூர்ந்து கொண்டே இருக்கும். தலைவராக இருந்தவர் பெருந்தலைவர் காமராஜர் என்று மக்களால் அழைக்கப்பெற்றார்.

19. போர் களத்தில் காமராஜர்

அகில இந்திய காங்கிரஸ் தலைவராக பொறுப்பேற்றதை தொடர்ந்து காமராஜருடைய இயல்பு வாழ்க்கை சற்று மாற்றம் அடைந்திருந்தது. அவர் முழுவதுமாக டெல்லியில் ஐந்தர் மந்தர் சாலையில் உள்ள வீட்டில் வசிக்கத் தொடங்கினார். அங்கு வரும் பொது மக்கள், கட்சியில் உள்ள முக்கிய தலைவர்கள், மாநில முதல் அமைச்சர்கள், மந்திரிகள் மற்றும் பத்திரிக்கைகள் என அனைவரையும் சந்தித்து கட்சி சார்ந்த முக்கிய முடிவுகளை எடுத்துக் கூறுவார். டெல்லி வாழ்க்கை அவருக்கு இயல்பாகிப்போனது. நேரு இறந்த பிறகு அவரது மகளான இந்திரா காந்தி காமராஜரை அடிக்கடி சந்தித்து பேசுவதும் கட்சி ரீதியான கலந்துரையாடலிலும் ஈடுபடத் தொடங்கினார். இந்திரா காந்தியை நேருவின் மறு உருவமாகவே பார்த்தார் காமராஜர். இந்த தருணத்தில் தான் நம்மில் இருந்து பிரிந்துப் போன நம் அருகில் இருந்த பாகிஸ்தானுடன் போர் மூண்டது.

இதற்கு முன்னதாகவே இருந்த எல்லை பிரச்சனையை வைத்தும் மற்ற பிரிவினைகளின் காரணமாகவும் 1965 ஆண்டு இந்தியா-பாகிஸ்தானுக்கு இடையே போர் ஆரம்பமானது. பாகிஸ்தான் ராணுவம் நம்மை தாக்க ஆரம்பித்த செய்தியை கேட்டு இந்திய நாடே கொந்தளித்தது. பிரதமர் லால் பகதூர் சாஸ்திரி உடனே நம் ராணுவ படையை தயார் செய்வதற்கான அனைத்து உத்தரவுகளையும் பிரப்பித்தார். இந்திய வீரர்களும் திருப்பி தாக்குதல் நடத்தினார்கள். எல்லா தலைவர்களும் தங்கள் ஊரிலே அல்லது தங்கள் நாற்காலியிலே அமர்ந்துக்கொண்டு போர் பற்றி நிறைய அறிவுரைகளை வழங்கிய வண்ணம் இருக்க, ஒருவர் மட்டும் போர் நடக்கும் இடத்துக்கே சென்றார்.

சுதந்திரம் அடைந்த காலம் தொட்டே சோவியத் நாடும் இந்திய நாடும் நட்பு ரீதியில் மிகவும் நெருக்கமானவர்களே. இந்திய நாடு தொழில் வளர்ச்சி அடைய அதற்கான பெரிய பெரிய இயந்திரங்களை நமக்கு அளித்ததும், ராணுவப் படையை வலுப்படுத்த அதற்கான ஆயுதங்களை நமக்கு வழங்க முன் வந்ததும் சோவியத் நாடு தான். ஆனால் இதனை விரும்பாத அமெரிக்க அரசு, இந்தியா-பாகிஸ்தான்

போர் வர ஏற்கனவே இருந்த பிரிவினையை காரணம் காட்டி அதற்கு மேலும் வலு சேர்க்கும் வண்ணம் பாகிஸ்தான் நாட்டிற்கு ஆயுதம் கொடுத்து போருக்கான நிதியையும் கொடுத்து மறைமுகமாக உதவியது.

இதனையெல்லாம் அறிந்த காமராஜர், நேராக போர் நடக்கும் பஞ்சாப் மாநில எல்லைக்கு விரைந்தார். போர் நடக்கும் களத்திற்கே நேரடியாக சென்று போர் வீரர்களை சந்திக்க, நாடே வியந்து பார்க்கும் ஒரு தலைவர் நம்மை காண வந்திருக்கிறார் என்பதை அறிந்த போர் வீரர்கள் உற்சாகத்துடன் காணப்பட்டார்கள். ஒவ்வொரு வீரரையும் சந்தித்து அனைவரையும் ஊக்கப்படுத்தும் விதமாக பேசினார். அதனை தொடர்ந்து யுத்த நிதிக்காக மக்கள் முன்பு நின்று பேசி அனைவரையும் ஒன்று திரட்டினார். ஆனால் அதே ஆண்டில் இந்திய நாட்டில் பஞ்சம் தலைவிரித்து ஆடத் துவங்கியது. பாகிஸ்தானிலிருந்து வரவேண்டிய கோதுமை உள்ளிட்ட பொருள்கள் நமக்கு தடைப்பட்டது. வேறு வழியில்லாமல் இரு நாடும் போரை நிறுத்துவதற்கான முடிவை எடுக்கப் போவதாக அறிவித்தார்கள்.

அதற்காக இரு நாட்டு பிரதமர்களும் சோவியத் நாட்டிற்கு செல்ல, பாகிஸ்தான் பிரதமர் ஆயூப்கானோடு தொடர்ந்து பேச்சு வார்த்தை நடந்தது. இறுதியில் 1965 ஆம் ஆண்டு டிசம்பர் 10 ஆம் தேதி தாஷ்கந்தில் இரு நாட்டு பிரதமர்களும் போர் நிறுத்தும் ஒப்பந்தத்தில் கையெழுத்திட்டு போரை முடிவுக்கு கொண்டு வந்தார்கள். அதனை தொடர்ந்து மேலும் சில நாள் சோவியத் நாட்டின் விருப்பத்தின் பெயரால் அங்கு தங்கினார் லால் பகதூர் சாஸ்திரி. ஆனால் போர் நிறுத்த ஒப்பந்ததிற்காக இந்தியாவை விட்டு சென்ற லால் திரும்பி உயிருடன் வர மாட்டார் என்பதை யாரும் நினைத்துக் கூடப் பார்க்கவில்லை. 1966 ஆம் ஆண்டு ஜனவரி 10 தேதி இரவே தாஷ்கந்தில் அவருடைய உயிர் பிரிந்தது.

குறைந்த காலக் கட்டத்தில் இந்தியாவின் பிரதமராக பதவி வகித்து மக்கள் மனதில் என்றும் நீங்காத இடம் பிடித்தவர் தான் லால் பகதூர் சாஸ்திரி. இந்தியா-பாக். போர் நடந்த போது அதற்கு பதிலடி கொடுக்கும் வகையில் சிறந்த முறையில் துரிதமாக செயல்பட்டது உலக அரங்கில் அவர் பெயரை நிலை நாட்டியது. இதன் மூலம் இந்தியாவின் பெருமையை எந்த தருணத்தில் இழக்க செய்யாதவராக திகழ்ந்தார். சோவியத் நாடு உட்பட

கிழக்கு ஐரோப்பிய நாடுகளும் இந்தியாவின் பெருமையை உணர ஆரமித்தார்கள். லால் பகதூரின் உடல் இந்திய நாட்டிற்கு கொண்டுவரப்பட்டு அடக்கம் செய்யப்பட்டது.

ஆனால் இப்போது அடுத்த பிரதமர் யார்? என்ற கேள்வி மீண்டும் எழ ஆரம்பித்தது. எத்தனை சோதனைகள் வந்தாலும் அதையெல்லாம் தவுடு பொடியாக்கும் நோக்கில் அதற்கான பொறுப்பை ஏற்றார் அகில இந்திய காங்கிரஸ் தலைவர் காமராஜர். காரிய கமிட்டு ஒன்று கூடியது. அந்த காரிய கமிட்டு கூட்டத்திற்கு மீண்டும் தலைமை வகித்தவர் காமராஜரே. அடுத்த பிரதமரை தேர்ந்தெடுப்பதற்கான பொறுப்பு காமரஜரிடம் வந்து சேர்ந்தது. நேருவின் அடுத்த வாரிசான இந்திரா காந்தி பிரதமராக வேண்டும் என்று காமராஜருக்குள் ஒரு எண்ணம் இருந்தது. ஆனால் கட்சியை ஆலோசிக்காமல் தனியாளாக எந்த முடிவும் எடுக்க முடியாது என்பதும் புரிந்தது. உடனே அனைத்து மாநில முதல் அமைச்சர் உட்பட முக்கிய தலைவர்கள் மந்திரிகள் என எல்லோரிடமும் ஆலோசனை நடத்தினார். அதில் பலர் காமராஜர் நினைத்தது போலவே இந்திரா காந்தியே அடுத்த பிரதமராக இருக்க ஆதரவு தெரிவித்தார்கள். மாற்று கருத்து கொண்டிருந்த ஒரு சில நபர்களையும் தன் பக்கம் ஈர்த்தார்.

இதற்கு இடையில், அதுல்யா கோஷ் தன் ஆதராவளர்களிடம் "ஏன் காமராஜரே பிரதமராக வரக்கூடாது?" என்று கேள்வி எழுப்பி அதற்கு ஆதரவாக ஆட்களை திரட்டினார். கட்சியில் இருந்த நிறைய பேர் காமராஜர் பிரதமர் ஆவதற்கு சம்மதம் தெரிவித்தார்கள். இந்த விஷயம் காமராஜருக்கு தெரியவர அதுல்யா கோஷை அழைத்து, "இந்த விஷயத்தில் என் பெயரை இழுக்காதீர்கள்" என்று நேராகவே சொல்லிவிட்டார். அவர் நினைத்திருந்தால் இந்திய நாட்டின் பிரதமராக பதவி ஏற்று நல்லட்சி புரிந்திருக்க முடியும். ஆனால் என்றைக்கும் அவர் பதவி நாட்டம் கொண்டவரில்லை என்பதற்கு இதுவே மிகச் சிறந்த சான்றாகும். இறுதியில் இந்திரா காந்தியா? மொரார்ஜி தேசாயா? என இருவருடைய பெயர்களில் வந்து முடிந்தது. கடந்த முறை இதே போன்ற தருவாயில் தான் மொரார்ஜி, லால் பகதூர் சாஸ்திரிக்கு ஆதரவளிப்பதாக சொல்லி போட்டியிடவில்லை. அதேபோல இந்த முறையும் தான் விலகிக் கொள்ள விரும்பாதவராக இருந்தார் மொரார்ஜி. போட்டியின்றி ஒருமனதாக பிரதமரை தேர்ந்தெடுக்க வேண்டும் என்று நினைத்தார் காமராஜர். அதனால் மீண்டும் மொரார்ஜியிடம் சென்று இந்திரா

காந்திக்கு ஆதரவு அளிக்கும்படி கேட்க அதற்கு மறுப்பு தெரிவித்தார் மொரார்ஜி.

“இந்திரா காந்தியையே அனைவரும் ஆதரிக்கிறார்கள். அவருக்கு தான் மெஜாரிட்டு உள்ளது” என்று காமராஜர் கூற அதற்கு,

“நாளை ஓட்டுபெட்டி பேசும்” என்று பதில் கூறினார் மொரார்ஜி.

ஜனவரி 19 ஆம் தேதி அடுத்த பிரதமரை தேர்ந்தடுப்பதற்காக காங்கிரஸ் கட்சி பாராளுமன்ற உறுப்பினர்கள் பாராளுமன்றத்தில் ஒன்று கூடினார்கள். இந்தியா சுதந்திரம் அடைந்து காங்கிரஸ் ஆட்சி செய்துக் கொண்டிருக்கும் இந்த நாள் வரை போட்டியின்றியே பிரதமரை தேர்ந்தெடுத்துள்ளார்கள். ஆனால் இந்த முறை அப்படி நடத்தாமல் முதல் முறை பிரதமர் பதவிக்கு போட்டி நடந்தது. உறிப்பினர்கள் அனைவரும் தங்கள் வாக்குகளை செலுத்தியப் பின்னர் அவை எண்ணப்பட்டது. மொரார்ஜி சொன்னது போல ஓட்டுப் பெட்டி பேசியது. 355 வாக்குகள் பெற்று இந்திரா காந்தி வென்றார். 169 வக்குகள் பெற்று மொரார்ஜி தேசாய் தோல்வியுற்றார்.

காமராஜர் நினைத்தது போலவே இந்திரா காந்தி பிரதமரானார். தோல்வியை ஏற்றுக்கொண்ட மொரார்ஜி இந்திரா காந்தியை பாராட்டி அவருக்கு முழு ஒத்துழைப்பும் தருவதாக உறுதியளித்தார். நேருவின் மகளாக இருக்கும் ஒரே காரணத்தால் மட்டுமே காமராஜர் இந்திரா காந்தியை ஆதரிக்கவில்லை. இந்திரா காந்தி இதற்கு முன்னர் அகில இந்திய காங்கிரஸ் தலைவராகவும் இருந்திருக்கிறார். அந்த தருணத்தில் இருந்தே இந்திரா காந்தியிடம் சிறந்த தலைமை பண்பு இருப்பதாக காமராஜர் உணர்ந்தார். உலக தலைவர்களுக்கும் இந்திரா காந்தியை நன்கு தெரியும். இந்திய நாட்டின் பிரதமராக ஒரு பெண் பதவி ஏற்பதின் மூலம் மாற்று அரசியலை நோக்கி நாமும் நகரலாம் என்று யோசித்து இந்திரா காந்தியை ஆதரித்தார்.

இந்தியாவின் அடுத்தடுத்த பிரதமர்களை தேர்ந்தெடுத்ததின் மூலம் உலகம் முழுக்க காமராஜரின் புகழ் பரவியது. சிறந்த ஆளுமைகளை தேர்ந்தெடுக்கும் ஆற்றல் ஒரு சிறந்த தலைவனுக்கு தான் வரும். அதை திரும்ப திரும்ப நிலை நாட்டிக்கொண்டே வந்தார். கிங்மேக்கர், கல்வி கண் திறந்தவர், கர்மவீரர், பெருந்தலைவர் என அடுத்தடுத்து அவருக்கானப் பட்டங்கள் நீண்டு கொண்டே போனது. ஆனால் அதை எதையும் தன் தலையில் ஏற்றிக் கொள்ளாமல் என் சேவை

மக்களுக்கானது நான் எந்த பாராட்டிற்காகவும் இதை செய்யவில்லை என்பது போல தன் பாதையில் நடைப் போட்டுச் சென்றார்.

இதுவரை இந்திய நாட்டு மக்களிடம் மட்டுமே அவர் புகழ் பரவி கிடக்க, உலக அரங்கில் தன்னை நிலை நாட்டியப் பின்னர் சோவியத் நாடும், கிழக்கு ஐரோப்பிய நாடான செக்கோசுலோவேக்கியா, அங்கேரி, பல்கேரியா, யூகோசுலேவியா போன்ற நாடுகள் காமராஜரை தங்கள் நாட்டிற்கு வருகை தரும்படி கேட்டுக்கொண்டனர். இந்திய அரசு பதவியில் இருக்கும் ஒருவரை தாண்டி வேறு எந்த நாடும் தங்கள் நாட்டிற்கு எவரையும் வருகை தரும்படி கேட்டது இல்லை. அப்படி இருக்க, காமராஜரை அழைப்பதின் மூலம் பிற நாடுகள் எந்த அளவிற்கு அவரை முக்கியத்துவம் வாய்தவராக பார்க்கிறது என்பதை நமக்கு உணர்த்துகிறது.

தன்னுடைய ஆரம்பகால அரசியல் வாழ்வை ஆரமிக்கும்போதே சோவியத் நாட்டின் புரட்சி மற்றும் லெனினை பற்றி படித்து தெரிந்துக் கொண்டு தன் அரசியல் பயணத்தை தொடங்கியவர் காமராஜர். இன்று அவர் வாழ்ந்த நாட்டிற்கே சென்று அந்த நாட்டு மக்களை நேரடியாக சந்திக்கப் போகிறோம் என்பதில் அவருக்கு அளவுகடந்த மகிழ்ச்சி. சோவியத் நாட்டிற்கு வருகை தர சம்மதித்தார். அதுமட்டுமின்றி அந்த நாட்டிற்கு செல்வதின் மூலம் மேலும் இந்திய-சோவியத் நட்பின் வளர்ச்சியை உறுதி செய்யவும் ஆசைப்பட்டார். அங்கு சென்று அங்கு நிலவும் தொழில் வளர்ச்சி, கல்வி வளர்ச்சியின் கட்டமைப்புகளை பற்றி தெரிந்து கொண்டு அதை நம் மக்களுக்கு பயனுள்ள கூடியதாக மாற்றம் செய்ய முடியுமா? என்றும் பயணத்துக்கான காரணங்களை யோசித்துக்கொண்டே இருந்தார்.

இப்போது இந்தியாவிலிருந்து அவருடைய பயணம் ஆரம்பமாகி சோவியத் நாட்டிற்கு பறந்தது.

20. சோவியத் நாட்டின் விருந்தாளி

1966 ஆம் ஆண்டு ஜூலை 22 ஆம் நாள் அன்று மாஸ்கோ விமான நிலையத்திற்கு வந்தடைந்தார் காமராஜர். அவரை வரவேற்க சுப்ரீம் சோவியத்தின் தலைவர் ஸ்பிரிட்நோவ் மற்றும் மக்கள் பிரதிநிதிகளும் விமான நிலையத்துக்கு வந்தடைந்தனர். தன்னுடைய வழிகாட்டியான லெனின் வாழ்ந்த நாட்டில் அடி எடுத்து வைத்தார். அவருடன் காங்கிரஸ் கட்சியின் நிரந்தர செயலாளர் பட்கி, ஆர். வெங்கட்ராமன் உடன் சென்றனர். காமராஜரை பார்த்ததும் விமான நிலையத்தில் இருந்த அனைவரும், வரவேற்று வாழ்த்திய கையோடு சோவியத் நாட்டில் சுற்று பயணம் மேற்கொள்வதற்கு அவருக்கென்று ஒரு தனி விமானத்தையும் தயார் செய்து வைத்திருந்தனர். மாஸ்கோவிலிருந்து அந்த விமானத்தின் மூலம் 'லெனின் குன்று' என்ற இடத்தில் இருக்கும் விருந்தனர் மாளிகைக்கு வந்தார்கள். வரும் வழியில் ஸ்பிரிடிநோவும் காமராஜரும் சோவியத் நாட்டைப் பற்றியும் இந்திய நாட்டை பற்றியும் மிகத் தீவிரமாக பேசிய படி பயணம் செய்தார்கள். அப்போது தங்களின் சோவியத் நாட்டின் சுற்றுப்பயணத்தின் நாட்கள் குறைவாக இருப்பதாக கூறி ஸ்பிரிடிநோவ் வருத்தப்பட்டுக் கொண்டார்.

"எனக்கு இந்த வாய்ப்பு கிடைத்ததே பெருமகிழ்ச்சி, முடிந்தவரை சோவியத் நாட்டு மக்களின் விருப்பம், நிலைபாடு, அவர்களின் முன்னேற்ற பாதைகளை பற்றி தெரிந்து கொள்ளவே விரும்புகிறேன்" என்று தன் பதிலையும் கூறினார் காமராஜர்.

சோவியத் நாட்டில் எங்கு வேண்டுமானாலும் அவர் செல்வதற்கான அனுமதி வழங்கப்பட்டது. அன்று இரவு ஓய்வெடுத்துக்கொண்டு மாறுநாள் சுற்றுப்பயணத்தை மேற்கொண்டார். முதலில் 'கிரெம்ளின்' மாளிகையை பார்வையிட சென்றார். அங்கு சோவியத் நாட்டின் வரலாற்று சிறப்பு மிக்க கலை பொருட்கள், சிற்பங்கள், ஓவியங்கள் என அனைத்தையும் பார்வையிட்டார். லெனின் உருவம் முப்பரிமாண வடிவில் அங்கு வைக்கப்பட்டிருந்தது. அதனை பார்க்கும்போது அவர் உயிருடன் நின்றுக்கொண்டிருப்பது போலவே அவருக்கு காட்சி அளித்தது. அதனை தொடர்ந்து மூவாயிரம் பேர் அமரும் வகையில் அமைக்கப்படிருந்த பெரிய அரங்கை பார்த்தார். அங்கு யார் எந்த

மொழியில் பேசினாலும் அதை உடனுக்குடன் ரஷ்ய மொழியில் மொழி பெயர்க்கும் கருவியும் அங்கு அமைக்கப்பட்டிருந்ததை பார்த்து தொழில் நுட்பத்தில் அவர்கள் எவ்வளவு முன்னோக்கி சென்றுக் கொண்டிருக்கிறார்கள் என்று நினைத்து பிரமித்துப் போனார். லெனின் வசித்த அறை, அவர் பயன்படுத்திய பொருட்கள், படித்த புத்தகங்கள் என அனைத்தும் பாதுகாக்கப்படுகின்றன. அதனை பார்வையிட்ட போது தான் இந்திய காங்கிராஸ் வரலாறு என்ற புத்தகம் அங்கு இருப்பதை கண்டு பூரிப்படைந்தார்.

மக்கள் மனதில் என்றும் நீங்காத இடம் பிடித்த மக்கள் நாயகனை காண மக்கள் படையெடுத்த வண்ணம் இருக்க லெனினின் கல்லறைக்கு சென்றார் காமராஜர். அங்கு சென்று பார்த்த போது காமராஜருக்கு பேரதிர்ச்சி. ஏனென்றால் அவருடைய உடல் தைலமிட்டு காப்பாற்றப்பட்டு வருகிறது. உயிருடன் இருப்பது போலவே பதபடுத்தப்பட்டு அவருடைய உடல் கண்ணாடிப் பெட்டியின் உள் காட்சியளித்தது. அதனை பார்த்ததும் காமரஜருக்கு தேன்றியது ஒன்றே ஒன்று தான்,

“காந்திஜியின் உடலை நாமும் இதுபோல பாதுகாக்க தவறிவிட்டோமே” என்று நினைத்து வருந்தினார். அப்போது அங்கு மழை பொழிய ஆரம்பிக்க, வேட்டி சட்டை அணிந்த அவரிடம் அருகிலிருந்தவர்கள் மழை கோட்டை நீட்ட அதை அவர் நிராகரித்தார். இந்த நிகழ்வை பார்த்த இரு பெண்மணிகள் காமராஜரின் உடையை பார்த்துவிட்டு “ஐயோ பாவம் ஒரு மழைக்

கோட்டு கூட வாங்கிக் கொள்ள முடியாத ஏழையாக இருக்கிறாரே" என்றும் தங்களுக்குள் பேசிக் கொண்டார்கள்.

அதன் பிறகு சோவியத்தின் தலைமையமைச்சர் கோசிஜினை சந்தித்தார். இருவரும் உலகம் முழுவதும் உள்ள பல்வேறு நாடுகளின் ஆட்சி நிலையை பற்றியும் தற்போது நடந்து வரும் வியட்நாம் போர் குறித்தும் நெடு நேரம் உரையாடிக்கொண்டிருந்தனர்.

தொடர்ந்து அடுத்தடுத்த நாட்களில் கல்வி துறை மின் துறை என அதன் நிர்வாகத்திறனை தெரிந்துக் கொண்டார். அங்கு வாழும் மக்களை நேரடியாக சந்தித்து பேசி, சிறுவர்களுடன் விளையாடி மகிழ்ந்து இறுதியாக அவர் தன் சுற்றுப்பயணத்தை முடிக்கும் நாள் வந்தது. ஜூலை 31 ஆம் நாள் மாஸ்கோவிலிருந்து புறப்பட்டு கிழக்கு ஜெர்மனி நோக்கி அவர் விமானம் பறந்தது. அங்கிருந்து செக்கோசுலோவேக்கியா, அங்கேரி, பல்கேரியா, யூகோசுலேவியா போன்ற கிழக்கு ஐரோப்பிய நாடுகளிலும் சுற்றுப் பயணம் மேற்கொண்டார். யூகோசுலேவியாவில் மார்ஷல் டிட்டோவை சந்திப்பதற்காக ப்ரியோனி என்றழைக்கப்படும் தனித் தீவிற்கு சென்றார். காமராஜரை பார்த்த மார்ஷல் டிட்டோ மிகுந்த சந்தோஷத்துடன் தங்கள் நாட்டிற்கு அவரை வரவேற்றார். அவருடன் கலந்துரையாடி விட்டு மிக அழகாக காட்சியளிக்கும் அந்தத் தீவின் கடற்கரையில் ஒரு நாள் ஓய்வெடுத்து தங்கிவிட்டு தன்னுடைய சுற்றுப்பயணத்தை முடித்துக் கொண்டு ஆகஸ்ட் 12 ஆம் தேதி இந்தியா திரும்பினார் காமராஜர்.

காமராஜருடைய சுற்றுப்பயணத்தை தெரிந்த கொண்ட அமெரிக்க அரசு அவரை தங்கள் நாட்டிற்கும் வருகை தருமாறு அழைத்தது. ஆனால் இந்தியா - பாகிஸ்தான் இடையே நடந்த போரில் இந்தியாவிற்கு எதிராக செயல்பட்டு பாகிஸ்தானுக்கு உதவிய அந்த அரசை காமராஜர் இன்னும் மறக்கவில்லை. அதுமட்டுமில்லாமல் அமெரிக்கா முதலான முதலாளித்துவமான நாட்டிற்கு சுற்றுப்பயணத்திற்கு செல்ல அவருக்கு துளியும் விருப்பமில்லை. அதனால் அமெரிக்கா அரசு விடுத்த அழைப்பை நிராகரித்தார். உலக நாடுகளில் சுற்றுப்பயணம் செய்யும் காமராஜரை பற்றி தினம் தினம் இந்திய பத்திரிக்கையில் வெளிவந்த வண்ணம் இருக்க, நாட்டின் ஒவ்வொரு குடிமகனும் தனக்கு கிடைத்த மரியாதையாகவே அதை உணர்ந்தனர். இந்தியா திரும்பிய காமராஜருக்கு சிறந்த வரவேற்பு அளிக்கப்பட்டது.

இந்திய நாட்டை மேலும் வளர்ச்சி அடைய செய்வதற்கான வழி வகைகளில் ஈடுபட்டுக்கொண்டிருந்த காமராஜருக்கு இந்தியா திரும்பியதும் இன்னும் பன்மடங்கு உற்சாகத்துடன் மக்கள் சேவையில் தன்னை அர்ப்பணித்துக்கொள்ள வேண்டும் என்ற எண்ணம் துளிர்விட்டாலும் நாட்டின் மக்கள் நிலை சற்று மாறுதலுக்கு உள்ளானதை அவர் கவனித்தார். அதுவும் தமிழ் மக்களின் உணர்வு மிகுந்த மாற்றம் கொண்டிருந்தது.

ஆம், அதற்கு காரணம் அப்போது பெரிய அளவில் தலை தூக்கிய மொழி பிரச்சனை தான். தமிழ் மக்களிடையே இந்தியை திணிக்க முற்பட்ட அரசாங்கத்தின் மீது மக்கள் கோபமுற்று கொதித்தெழுந்தார்கள். அதன் விளைவாக மாணவர்கள் அனைவரும் ஒன்று சேர்ந்து இந்திய நாடே அதிர்ந்து போகும் அளவிற்கு மிகப் பெரிய போராட்டத்தை நடத்தினார்கள். இதனால் மக்களின் கோபம் மெட்ராஸ் மாநிலத்தை ஆட்சிப் புரிந்த காங்கிரஸ் கட்சியின் மீது திரும்பியது. காங்கிரஸ் கட்சியின் மீதான நம்பிக்கையை அடுத்த தலைமுறையினர் இழக்க தொடங்கினார்கள். சுதந்திர இந்தியாவை உருவாக்க அதன் பிறகு அதை சிறந்த முறையில் ஆட்சி புரிய இத்தனை ஆண்டு காலம் உழைத்த காங்கிரஸ் கட்சியின் நிலை இனி கொஞ்சம் கொஞ்சமாக இழக்க நேரிடுவதற்கு, ஆரம்பப் புள்ளியாக விளங்கியது தமிழகமும் தமிழ் மக்களும் தான்.

காங்கிரஸ் கட்சியின் மேல் மக்களுக்கு இருந்த நம்பிக்கை மெல்ல மெல்ல குறையத் தொடங்கியதால் அக்கட்சியை சேர்ந்த காமராஜருக்கு மக்களின் செல்வாக்கு குறைய ஆரம்பித்தது. அது மட்டுமில்லாமல் தி.மு.க என்ற கட்சி தன்னை மேலும் மேலும் மக்களிடைய வலுவாக நிலை நாட்டிக்கொண்டிருந்தது. இவை அனைத்து காரணங்களும் ஒன்று சேர்ந்து அடுத்து வரப் போகும் சட்டமன்ற தேர்தலில் ஒரு மிகப் பெரிய மாற்றத்தை தர காத்துக்கொண்டிருந்தது.

21. 'இந்தி' எதிர்ப்பு போராட்டம்

பல மொழிகள் பேசும் மக்கள், பல கலாச்சாரத்தை பின் பற்றும் மக்கள், என இந்திய நாட்டின் மக்கள் பல வேறுபாடுகளுடன் வாழ்ந்து வந்தனர். சுதந்திரம் அடைந்த பிறகு மொத்த இந்திய நாட்டையும் ஒரே அரசு ஆட்சி புரிந்த வண்ணம் இருக்க அதிகாரத்தில் இருப்பவர்களுக்கு ஏற்ற வகையில் ஒரு சிலர் அவர்களுக்குள்ளாகவே தீர்மானித்து சில முடிவுகளை அறிவித்தார்கள். அதில் ஒன்று, இந்தி மொழி தான் இந்தியாவின் ஆட்சி மொழியாக இருக்கும் என்பது தான். இதனால் இந்தி தெரியாத மக்களின் நிலை பெரிதும் பாதிக்கப்படும். கல்வியிலும், வேலை வாய்ப்புகளிலும் இந்தி தெரியாத மக்கள் பல இன்னல்களுக்கு ஆளாவார்கள். தங்களின் மொழியை போற்றி பாதுகாக்கும் இந்தி தெரியாத மக்கள் இதனை எதிர்த்து குரல் கொடுத்தனர். நேரு பிரதமராக இருந்த போதே இந்த பிரச்சனை ஆரம்பமானது. மக்களின் எதிர்ப்பு குரலை புரிந்துக் கொண்ட நேரு அனைத்து தரப்பு மக்களையும் திருப்தி படுத்தும் வகையில் ஒரு அறிக்கையை வெளியிட்டார். 'இந்தியாவின் ஆட்சி மொழியாக ஆங்கிலமும் இருக்கும்' என்று அறிவித்தார்.

"எங்கெல்லாம் இந்தி மொழி இடம் பெறுகிறதோ அதனுடன் சேர்த்து ஆங்கிலமும் அதில் இடம் பெரும். இந்தி தெரியாத மக்களின் அனுமதி இன்றி எந்த வகையிலும் இந்த அறிக்கை மாற்றம் செய்யப்படாது"

என்று ஆங்கில மொழியையும் ஆட்சி மொழியாக அறிவித்தார். அவர் மறைந்த பிறகு வந்த லால்பகதூர் சாஸ்திரி மற்றும் சில மத்திய அமைச்சர்கள் குடியரசு தலைவர்கள் என அதிகாரத்தில் உள்ளவர்கள் அனைவரும் இந்தி ஆதரவாளர்களாகவே இருந்ததனால் 1965 ஆம் ஆண்டு லால் பதூர் சாஸ்திரி பிரதமராக இருந்த காலத்தில் அனைவரும் ஒன்று கூடி இந்தி மொழிக்கு ஆதரவாக ஒரு அறிக்கையை வெளியிட்டார்கள்.

"இனி இந்தி மொழிதான் இந்தியாவின் ஆட்சி மொழியாக இருக்கும் ஆங்கிலம் இணை ஆட்சி மொழியாக இருக்கும்" என்பது தான் அவர்கள் வெளியிட்ட அறிக்கையின் முடிவு. இந்தியுடன்

சேர்த்து ஆட்சி மொழியாக இருந்த ஆங்கிலத்தை இப்போது இணை ஆட்சி மொழியாக அறிவித்துவிட்டு மற்ற மொழி பேசும் மக்களிடம் இந்தியை திணிக்க முயற்சி செய்ததன் விளைவாக இந்தி பேசாத மாநிலங்களில் உள்ள மக்கள் கடுமையாக தங்களின் எதிர்ப்பை தெரிவிக்க ஆரம்பித்தார்கள். அதிலும் தமிழ் மக்களிடைய பெரிய கொந்தளிப்பு ஏற்பட்டு மாணவர்களின் ஆதரவுடன் மொழி பிரச்சனையின் போராட்டம் வலுத்தது. தமிழ் மக்களின் போராட்டம் குறித்து அனைத்து பத்திரிக்கைகள் மூலம் வெளிவர இந்திய நாடே ஆட்டம் கண்டது. அந்த அளவிற்கு மிக தீவிரமான போராட்டமாக மாறியிருந்தது. அப்போது முதல் அமைச்சராக இருந்த மு.பக்தவச்சலம் மாணவர்களின் உணர்வை புரிந்துக் கொள்ளாமல் அவர்களை அழைத்து பேசாமல் 'மாணவர்களின் போராட்டத்தை இரும்புக் கரம் கொண்டு அடக்குவேன்' என்று கூறினார். இதனை கேட்ட மாணவர் படை கோபத்தில் மேலும் பொங்கி எழுந்தது. தமிழ் மக்களின் தீவிர போராட்டத்தை கண்ட மத்தியில் உள்ள அதிகாரிகள் ஆட்டம் கண்டு தங்கள் முடிவுகளை மாற்றியே ஆக வேண்டும் என்ற சூழலுக்கு தள்ளப்பட்டனர். அப்போது தலைவர் காமராஜர் இந்த பிரச்சனை குறித்து அனைவரிடம் ஆலோசனை நடத்தினார். மாணவர்களின் உணர்வை புரிந்து கொண்ட காமராஜர் அவர்களுக்கு தன் ஆதரவை வெளிப்படுத்தினார். இதன் விளைவாக பிரதமர் லால் பகதூர் சாஸ்திரி,

“நேருவின் விருப்பப்படி இனி ஆங்கிலமும் ஆட்சி மொழியாக இருக்கும்” என்று அறிவித்ததோடு மட்டுமல்லாமல் சில வாக்குறுதிகளையும் வெளியிட்டார். அவை,

- ஒவ்வொரு மாநிலமும் தனது மாநில மொழியிலோ அல்லது ஆங்கிலத்திலோ ஆட்சி நிர்வாகத்தை நடத்திக்கொள்ளலாம்.
- ஒரு மாநில அரசு மற்றொரு அரசுடன் தொடர்புகொள்ள ஆங்கிலத்தை பயன்படுத்தலாம், வேறு மொழியைப் பயன்படுத்தினால் அதற்குரிய ஆங்கில மொழிப் பெயர்ப்பை இணைக்க வேண்டும்.
- இந்தி பேசாத மாநிலங்கள் மத்திய அரசுடன் தொடர்பு கொள்ளும் போது ஆங்கிலத்தை பயன்படுத்த முழு உரிமை உண்டு.
- மத்திய அரசின் அலுவல் மொழியாக ஆங்கிலமும் தொடர்ந்து பயன்படுத்தப்படும்.
- இந்திய அரசுப் பதவிகளுக்கான தேர்வுகள் இந்தியில் மட்டுமே நடத்தப்படும் என்பதற்குப் பதில் ஆங்கிலத்திலும் நடத்தப்படும்.

இந்த ஐந்து வாக்குறுதிகளை வெளியிட்டார். ஆனால் தமிழகத்தில் உள்ள மக்கள் இந்த வாக்குறுதிகளை வரவேற்றாலும் காங்கிரஸ் மீதான நம்பிக்கை சுக்கு நூறாக உடைய தொடங்கியது. ஏற்கனவே தி.மு.க வின் செல்வாக்கு அதிகரித்து வந்த நிலையில் இந்த போராட்டம், தமிழகத்தில் நிலவி வந்த உணவு பஞ்சம், தற்போதிய முதல்வர் பக்தவத்சலத்தின் நடவடிக்கை என அனைத்தும் மக்களை காங்கிரஸுக்கு எதிரான திசையில் சிந்திக்க வைத்தது. அதனால் தி.மு.க மேலும் மக்களின் ஆதரவை பெருக்கிக் கொண்டு சென்றது.

22. காமராஜர் தோல்வி

இந்திரா காந்தி பிரதமரானதை தொடர்ந்து, 1967 ஆம் ஆண்டு நடக்கப் போகும் பொது தேர்தலை முதல் முறையாக அவர் சந்திக்க தயாரானார். மெட்ராஸ் மாநிலத்திலும் மூன்று கட்டங்களாக வாக்கு பதிவு நடக்க திட்டமிடப்பட்டது. பிப்ரவரி 5 மற்றும் 21 ஆம் தேதி அன்று தேர்தல் நடத்தப்பட்டன. காங்கிரஸ் தலைவராக இருந்த காமராஜர் எப்போதும் போல தனது சொந்த தொகுதியான விருதுநகரில் போட்டியிட்டார். தன்னை முன்னிறுத்தும் திமுக வை எதிர்த்து பெரியாரே காமராஜரை காண்பித்து இந்த பச்சைத்தமிழனுக்கு ஓட்டு போடுங்கள் என தெருத்தெருவாக வாக்கு கேட்டார்.

காமராஜரை எதிர்த்து தி.மு.க சார்பில் பெ. சீனிவாசன் என்பவர் போட்டியிட்டார். இவர் இந்தி எதிர்ப்பு போராட்டத்தின் போது அனைத்து கல்லூரியின் சார்பாக உருவாக்கப்பட்ட இந்தி எதிர்ப்பு மாணவர்கள் சங்கத்தின் தலைவராக இருந்தவர். இவருடைய வெற்றிக்காக மெட்ராஸ் மாநிலத்தில் உள்ள அனைத்து மாணவர்களும் விருதுநகருக்கு வந்து அவருக்கு ஆதரவாக பிரச்சாரம் செய்து வாக்குகளை திரட்டினார்கள். அதுமட்டுமின்று ஆரம்பத்திலிருந்தே காமராஜர் மீது கருத்து வேறுபாடு கொண்ட இராஜாஜி காங்கிரஸிலிருந்து வெளியே வந்து தனியாக சுதந்திரா கட்சி என்ற கட்சியையும் ஆரமித்திருந்தார். காமராஜரை தோற்கடிக்க தக்க சமயம் வரும் வரை காத்துக்கொண்டிருந்த இராஜாஜி இந்த தேர்தலில் தி.மு.க வுடன் கூட்டணி அமைத்து காங்கிரஸை எதிர்த்தார்.

இப்படி காமராஜர் என்ற தனி மனிதனை வீழ்த்த ஒரு படையே திரண்டது. தேர்தல் வாக்குப் பதிவு முடிந்து பிப்ரவரி 23 ஆம் தேதி முடிவுகள் வெளியாகின. தி.மு.க தன்னுடனான கூட்டணி கட்சிகளுடன் சேர்த்து மொத்தம் 179 தொகுதிகளை கைப்பற்றி பெரு வெற்றியடைந்தது. குடியரசு இந்தியாவில் காங்கிரஸ் அல்லாத காங்கிரஸுடன் கூட்டணி வைக்காத ஒரு கட்சி இந்த அளவிற்கு பெரும்பான்மை பிடித்தது இதுவே முதல் முறை. காங்கிரஸ் கட்சி மொத்தம் 51 இடங்களை கைப்பற்றி தோல்வி அடைந்தது.

தனது சொந்த தொகுதியில் போட்டியிட்ட பெருந்தலைவர் காமராஜர் தோல்வியுற்றார். ஆம், இத்தனை ஆண்டு காலம் மக்களுக்காக உழைத்த ஒரு தலைவனை மக்களே தோற்கடித்தனர். இதனை சற்றும் எதிர் பார்க்காத காமராஜர் பேரதிர்ச்சிக்குள்ளானார். இருந்தாலும் மாற்றம் தான் என்றைக்கும் நிரந்தரமானது. மக்களின் எண்ணம் மாற்றம் அடைய தொடங்கியிருக்கிறது. அந்த மாற்றத்தை நாம் ஏற்றுக் கொண்டுதான் ஆக வேண்டும் என்று மக்களின் முடிவுக்கு மதிப்பளிக்கும் வகையில் தன் தோல்வியை ஏற்றுக்கொண்டார். காமராஜரின் தோல்வியை பற்றி தெரிந்ததும் நாடு முழுவதிலும் உள்ள அரசியல் தலைவர்கள் அதிகாரிகள் மற்ற மாநிலத்தை சேர்ந்த மக்கள் என அனைவரும் அதிர்ச்சி அடைந்தார்கள். தி.மு.க வினர் கூட காமராஜரின் தோல்வியை எதிர்பார்க்கவில்லை. அவர்களின் எண்ணம் காங்கிரஸை வீழ்த்த வேண்டும் என்பது தானே தவிர காமராஜரின் தோல்வி அல்ல. மெட்ராஸ் மாநிலத்தில் மட்டுமல்லாமல் இந்தியாவில் நிறைய இடங்களில் மாநில கட்சிகள் வெற்றி பெற்று காங்கிரஸை தோற்க அடித்தார்கள்.

காமராஜரின் தோல்வி திமுகவினரை கொண்டாட வைத்தது. ஆனால் ஒருவரைத்தவிர அவர்தான் அண்ணா.

'தேர்தல் முடிவுகள் வெளிவந்துக் கொண்டிருந்த சமயத்தில் தி.மு.க வை சேர்ந்த தலைவர்கள் சென்னையில் உள்ள அண்ணாவின் வீட்டில் இருந்தார்கள். விருதுநகர் தொகுதியில் காமராஜர் தோற்றதாக வானொலியில் வந்த செய்தி அறிந்ததும் அங்கிருந்தவர்கள் அனைவரும் சந்தோஷத்தில் கூச்சலிட்டு உற்சாகமடைந்தார்கள். அதை பார்த்த அண்ணா கடும் கோபம் கொண்டு, 'காமராஜர் தோற்க கூடாத நேரத்தில் தோற்றிருக்கிறார். இன்னுமொரு ஆயிரம் ஆண்டுகளுக்கு இன்னொரு தமிழன் அகில இந்திய அரசியலில் செல்வாக்கு பெற முடியாது. எதையும் சிந்தித்துப் பார்க்காமல் கூத்தாடுகிறீர்களே' என்று கடிந்துக் கொண்டு அறைக்குள் சென்று கதவை சாத்திக்கொண்டார். சிறிது நேரம் கழித்து இராசாராம் என்பவர் அறையை திறந்து பார்த்த போது அண்ணா சோகமாக அமர்ந்திருந்தார். அருகில் சென்று தங்கள் செயலுக்கு மன்னிப்பு கேட்ட போது அண்ணா சொன்னது,

"காமராஜரை தோற்கடிக்க வேண்டும் என்பதற்காக நாம் அங்கு வேட்பாளரை போடவில்லை. பெயரளவிற்கு எதிர்ப்பை தெரிவிக்க தான் போட்டோம். ஆனால் மக்கள் அவரை தோற்கடித்துவிட்டார்கள்.

நாட்டின் விடுதலைக்காக அவர் செய்த அளப்பரிய தியாகத்தையும் தமிழகத்தின் முன்னேற்றதிற்காக இதுவரை யாரும் செய்தறியாத, இனிமேல் யாரும் செய்ய முடியாத அரும் சாதனைகள் செய்த காமராஜரையே மக்கள் தோற்கடித்தார்கள் என்று எண்ணும் போது நம்முடைய கதியெல்லாம் என்ன? என்பதை எண்ணிப் பார்த்தீர்களானால் உண்மை புரியும்" என்று கூறி காமராஜரின் தோல்விக்கு வருத்தப்பட்டுக்கொண்டார்.

தமிழ் மக்களின் மாற்று உணர்வை புரிந்துக் கொண்ட காமராஜர் தன் தோல்வியை நினைத்து அதிலேயே துவண்டு விடவுமில்லை. அவருக்காக டெல்லியில் ஒரு மிகப் பெரிய சவால் காத்துக் கொண்டிருந்தது.

23. காங்கிரஸ் பிளவு

இந்தியா முழுவதிலும் உள்ள மாநிலங்களில் நிறைய இடங்களில் காங்கிரஸ் தன் ஆட்சியை இழந்திருந்தது. அகில இந்திய அளவில் காங்கிரஸை சேர்ந்த முக்கிய தலைவர்கள் தோல்வியடைந்திருந்தார்கள். இதனால் கட்சிக்குள் நிறைய கருத்து வேறுபாடுகள் எழுந்தது. இந்த நிலையில் தான் நாட்டின் அடுத்த பிரதமரை தேர்ந்தெடுப்பதற்கான வேலையும் நடந்தது. அதனை இம்முறையும் தலைமை தாங்கி அடுத்த பிரதமரை தேர்வு செய்தவர் காமராஜரே. மீண்டும் இந்திரா காந்தியை பிரதமர் அரியணையில் அமர வைத்தார். பின் தேர்தலில் தோல்வி குறித்து ஆராய காங்கிரஸ் ஒரு கூட்டம் நடத்தியது. அதில் கட்சி பொறுப்பில் இருந்தவர்கள் ஆட்சி பொறுப்பில் இருந்தவர்களை குறை சொல்வதும் ஆட்சி பொறுப்பில் இருந்தவர்கள் கட்சி பொறுப்பில் இருந்தவர்களை குறை சொல்வதுமாக இருக்க சரியான முடிவு காணாமல் கூட்டம் கலைந்தது. கட்சியின் இந்த பிரிவு நிலை காமராஜரை மேலும் கவலையில் ஆழ்த்தியது. இதற்கிடையில் பிரதமர் இந்திரா காந்திக்கு ஒரு புதிய ஆசை துளிர் விட்டது. நேரு பிரதமராக இருந்த போது அகில இந்திய காங்கிரஸ் தலைவராகவும் பதவி வகித்தார். தன் தந்தையை போல பிரதமராகவும் இருந்து கொண்டு காங்கிரஸ் தலைவராகவும் இருக்க வேண்டும் என்று நினைத்தார் இந்திரா காந்தி. வரப்போகும் காங்கிரஸ் தலைவர் தேர்தலில் தான் போட்டியிடப் போவதாக தெரிவித்தார். இதனை கேட்டதும் துணை பிரதமராக இருந்த மொரார்ஜி தேசாய் அப்படியானால் தானும் போட்டியிடப் போவதாக அறிவித்தார். இந்திரா காந்தியின் இந்த ஆசையை காமராஜர் எதிர் பார்க்கவில்லை. இந்திரா காந்திக்கு திடீரென்று பதவி மேல் ஆசை வந்ததன் காரணம் அவருக்கு புரியவில்லை. அதையெல்லாம் வெளிக் காட்டிக்கொள்லாமல் இருவரையும் அழைத்து பேசினார். பின் ஜி.எல். நந்தாவை காங்கிரஸ் தலைவராக்க இந்திரா காந்தி ஆசைப்பட்டார். ஆனால் அதற்கு எதிராக எஸ்.கே.பட்டீல் கருத்து தெரிவித்தார். நந்தாவை எதிர்த்து போட்டியிடுவேன் என்று பட்டீல் எச்சரித்தார். பின் அனைவருடைய சம்மதத்தின் பேரில் நிஜலிங்கப்பா காங்கிரஸ் தலைவராக தேர்ந்தெடுக்கப்பட்டார்.

அடுத்து குடியரசு தலைவரை தேர்ந்தெடுப்பதற்கான வேலை ஆரம்பமானது. தற்போது குடியரசு தலைவராக பதவி வகிக்கும் டாக்டர் இராதாகிருஷ்ணனை மீண்டும் வேட்பாளராக அறிவித்து எல்லோரும் அவருக்கே வாக்களிப்போம் என்று காங்கிரஸ் ஆட்சி மன்ற குழு தீர்மானித்தது. எதிர்கட்சியை சேர்ந்த பலரும் டாக்டர் இராதாகிருஷ்ணனுக்கு ஆதரவு அளிப்பதாக கூறினார்கள். ஆனால் இந்திரா காந்தி இதற்கு சம்மதம் தெரிவிக்கவில்லை. குடியரசு துணைத் தலைவராக இருந்த டாக்டர் ஜாகிர் உசேனுக்கு ஆதரவு தெரிவித்தார். இந்த முறை அவரால் தேர்ந்தெடுக்கப்படவருக்கு தான் மதிப்பளிக்க வேண்டும் என்று உறுதியான முடிவில் இருந்தார்.

இறுதியில் அவர் விரும்பியதை போலவே ஜாகிர் உசேன் குடியரசு தலைவராக தேர்ந்தெடுக்கப்பட்டார்

இந்திரா காந்திக்கும் காமராஜருக்கும் இடையே உண்டான பிரிவு இங்கிருந்து தான் தொடங்கியது. அடுத்தடுத்த ஆண்டுகளில் இருவருக்கும் உண்டான கருத்து வேறுபாடு அதிகாமாகிக் கொண்டே போனது. இந்த பூகம்பம் வெடிக்கும் முன்பு பொது தேர்தலில் தோல்வியுற்ற காமராஜருக்கு நாஞ்சில் நாட்டு மக்கள் ஒரு பெரு வெற்றியை தர காத்துக்கொண்டிருந்தனர். அது தான் 1969 ஆம் ஆண்டு ஜனவரி மாதம் நடந்த நாடாளுமன்ற உறுப்பினருக்கான நாகர்கோயில் இடைத்தேர்தல்.

அங்கு நாடாளுமன்ற உறுப்பினராக இருந்த மார்ஷல் நேசமணி என்பவர் திடீரென்று மரணம் அடைந்தார். அப்போது அந்த தொகுதி மக்கள் காமராஜரே எங்கள் தொகுதியில் போட்டியிட வேண்டும் என்று விருப்பம் தெரிவித்ததாக களத்தில் ஆராய்ந்த அப்போதைய இளைஞராக இருந்த நெடுமாறனும், சிரோன்மணியும் கூறினார்கள். கட்சியில் இருந்த சிலரும், இளைஞர்கள் அனைவரும் அவரை வற்புருத்தினார்கள். அதன் பெயரில் நாகர்கோயில் இடைத் தேர்தலில் அவர் போட்டியிடுவதாக அறிவித்தார். அதனை தொடர்ந்து அவருக்கு எதிராக தி.மு.க. வினரும் ராஜாஜியும் களத்தில் குதித்தனர். ஆனால் அவர்களால் நாகர்கோவில் தொகுதியில் உள்ள அனைத்து தரப்பின் மக்களிடம் சென்று பிரச்சாரம் செய்ய முடியவில்லை. ஏனென்றால் அவர்கள் வருகையை சில ஊர் மக்கள் விரும்பவே இல்லை. ஆனால் காமராஜருக்கு அது போன்ற தடை எதுவும் இல்லை. அனைத்து ஊர் மக்களும் அவரை தங்கள் வீட்டிற்கே அழைத்து உணவு பரிமாறி அழகு பார்த்தனர். திராவிடக் கழத்தின் தலைவர் பெரியார் காமராஜருக்கு ஆதரவாகவே பிரச்சாரம் செய்தார். தமிழ் நாட்டிலிருந்து அனைத்து காங்கிராஸ் தொண்டர்களும் நாகர்கோவிலுக்கு விரைந்து வந்து காமராஜருக்காக உழைத்தார்கள். அப்போது அண்ணா புற்றுநோயால் பாதிக்கப்பட்டு படுக்கையில் இருந்தார். கடைசியாக ஒரு லட்சத்தி 28 ஆயிரத்தி 201 வாக்குகள் வித்தியாசத்தில் காமராஜர் வெற்றி பெற்றார். அவரின் வெற்றி தமிழ் நாட்டிலிருந்த அனைத்து காங்கிரஸ் தொண்டர்களையும் உற்சாகப்படுத்தியது. அகில இந்திய அளவில் உள்ள தலைவர்கள் அனைவரும் காமராஜரின் வெற்றியை அறிய, மீண்டும் மக்களின் ஆதரவு காமரஜருக்கு கிடைத்திருப்பதை எண்ணி மேலும் மகிழ்ச்சி

அடைந்தனர். விருதுநகர் தொகுதியில் அவர் தோற்றிருந்தாலும் நாகர்கோயில் தொகுதி மக்கள் மீண்டும் அவரை வெற்றி பெற செய்து மக்கள் பிரதிநிதியாக டெல்லிக்கு அனுப்பி வைத்தார்கள்.

இந்த வெற்றியை அனுபவித்த சில மாதங்கள் கழித்து இந்திரா காந்தியால் குடியரசு தலைவராக தேர்ந்தெடுக்கப் பட்ட ஜாகிர் உசேன் மரணம் அடைந்தார். இப்போது மீண்டும் குடியரசு தலைவரை தேர்ந்தெடுக்க வேண்டும். கட்சிக்குள் மீண்டும் கருத்து வேறுபாடு ஏற்பட்டது. இம்முறையும் தன்னால் தேர்ந்தெடுப்பவர் தான் குடியரசு தேர்தல் வேட்பாளராக நிற்க வேண்டும் என்று இந்திரா காந்தி உறுதியாக இருந்தார். 1969 ஜூலை மாதம் நடந்த ஆட்சி மன்றக்குழு கூட்டத்தில் காமராஜர் உட்பட மொத்தம் 8 உறுப்பினர்கள் கலந்துக் கொண்டனர். அப்போது ஜெகசீவன்ராம் என்பவரை இந்திரா காந்தி வேட்பாளராக நிற்க வேண்டும் என்று தன் விருப்பத்தை தெரிவிக்க, இதற்கு பக்ருதீன் அலி அகமது மட்டுமே ஆதரித்தார். அடுத்து சஞ்சீவ ரெட்டியின் பெயரை எஸ்.கே.பாட்டீல் அறிவித்தார். அதற்கு காமராஜர், மொரார்ஜி தேசாயும், சவான் போன்றோர் ஆதரவி தெரிவித்தார்கள். பெரும்பான்மை அடிப்படையில் குடியரசு தலைவர் வேட்பாளராக சஞ்சீவ ரெட்டியே தேர்ந்தெடுக்கப்பட்டார். இது இந்திரா காந்திக்கு மிகுந்த கோவத்தை உண்டு பண்ணியது. நாட்டின் பிரதமராக இருக்கும் நம் சொல்லுக்கு நாம் எடுக்கும் முடிவுக்கு எதிராக செயலபட்டதனால் தனக்கு மிகுந்த அவ மரியாதை ஏற்பட்டு விட்டதாக நினைத்தார். தன்னை எதிர்த்து சஞ்சீவ ரெட்டிக்கு ஆதரவு தெரிவித்த அனைவரிடத்திலும், "தனது விருப்பத்தை ஏற்க மறுத்ததன் விளைவாக விபரீதமான விளைவுகள் ஏற்படும்" என்று எச்சரித்துவிட்டு அங்கிருந்து வெளியேறினார்.

ஆரம்பத்திலிருந்தே இந்திரா காந்தியின் நடவடிக்கையை சந்தேகித்து வந்த காமராஜருக்கு இந்த சம்பவம் அவருக்கு மேலும் மன வருத்தத்தையே கொடுத்தது. "ஏன் இந்திரா எல்லா வகையிலும் கட்சியின் முடிவுக்கு கட்டப்பட மறுக்கிறார்? நேருவின் மகள் நேருவை போல சிறந்த முறையில் ஆட்சி செய்வதோடு கட்சியின் நடவடிக்கைக்கும் கட்டப்பட வேண்டும் அல்லவா அதை ஏன் எதிர்க்கிறார்?" என்று பல யோசனைகள் அவர் மனதை சூழ்ந்திருந்தன. இந்த பிரச்சனை தொடர்ந்து கொண்டு இருக்க, அடுத்த மாதம் ஆகஸ்ட் 16 ஆம் தேதி அன்று குடியரசு தலைவருக்கான தேர்தல் நடந்தது. அதில் காங்கிரஸ் கட்சியின் அதிகாரபூர்வமான வேட்பாளரான

சஞ்சீவ ரெட்டிக்கு எதிராக இந்திரா காந்தி செயல்பட்டு அவரை தோற்கடித்தார். இந்திரா காந்தி மற்றும் எதிர் கட்சியின் ஆதரவுடன் வி.வி.கிரி குடியரசு தலைவராக தேர்ந்தெடுக்கப்பட்டார். இந்திரா காந்தியின் இந்த முடிவு காமராஜர் உட்பட கட்சியில் இருந்த அனைவருக்கும் மிகுத்த கோவத்தை வரவழைத்தது.

'ஆட்சி பொறுப்பில் இருக்கும் யாராக இருந்தாலும் சரி, கட்சியின் முடிவுக்கு கட்டுபட வேண்டும். தனி மனிதரின் விருப்பதிற்கு ஏற்ப கட்சியின் முடிவுகளை எடுப்பது எந்த வகையில் நியாயம், அனைவரின் விருப்பத்தை கேட்டரிந்து பெரும்பான்மை என்ன சொல்கிறதோ அதனை ஏற்பதே ஜனநாயகம். நாட்டின் பிரதமராக இருப்பவரே ஜனநாயக விதிப்படி நடக்கவில்லை என்றால் அது அவருக்கும் கட்சிக்கும் எவ்வளவு பெரிய இழப்பை தேடித்தரும்' என்று தன் மனதுக்குள் நினைத்து வருத்தப்பட்டுக் கொண்டார்.

இந்திரா காந்தியின் செயல் விளைவாக அவருக்கு எதிராக இருந்தவர்கள் நடவடிக்கை எடுக்க சொல்ல, கட்சியின் முடிவுக்கு கட்டுப்படாமல் அதனை எதிர்த்து செயல்பட்ட இந்திரா காந்தியின் மேல் காங்கிரஸ் கட்சி கடுமையான நடவடிக்கை எடுத்தது. கோவமடைந்த இந்திரா காந்தி காங்கிரஸ் எடுத்த நடவடிக்கையை ஏற்க மறுத்து கட்சியிலிருந்து வெளியேறினார். அவரை தொடர்ந்து அவருக்கு ஆதரவாக இருந்தவர்களும் கட்சியிலிருந்து வெளியேறினார்கள்.

விளவு... கட்சி இரண்டாக பிரிந்தது. இந்திரா காந்தி தலைமையில் புதிதாக ஒரு காங்கிரஸ் கட்சி உருவானது. ஒன்று இந்திரா காங்கிரஸ் கட்சியாகவும் மற்றொன்று ஸ்தாபன காங்கிரஸ் கட்சியாகவும் பிளவுப்பட்டது. இந்திரா காந்தியின் செயல் காமராஜருக்கு கோவத்திய வரவழைத்தாலும், இன்னொரு பக்கம் மிகுந்த மன வேதனையை உண்டாக்கியது.

காமராஜரால் பிரதமராக்கப்பட்ட இந்திரா காந்தி இன்று காமரஜருக்கு எதிராகவே செயல்பட தொடங்கினார்.

24. மனம் நொந்தார் மக்கள் நாயகன்

கட்சியின் இந்த பிரிவு அவருக்கு மிகுந்த வேதனையே அளித்தது. அதுவும் காந்திஜியின் நூற்றாண்டை கொண்டாட திட்டமிட்டிருந்த நிலையில் அந்த வருடத்திலே கட்சி பிரிந்ததை எண்ணி மனம் நொந்தார். இந்திய நாடு முழுவதிலும் உள்ள காங்கிரஸ் தொண்டர்கள் அதிர்ச்சி அடைய, சில மூத்த தலைவர்களைத் தவிர இளம் தொண்டர்கள் எல்லோரும் இந்திரா காந்தியின் பக்கம் நிற்க, தமிழ்நாட்டில் கதையே வேறாக இருந்தது. இங்கு காங்கிரஸ் என்றால் காமராஜர், காமராஜர் என்றால் காங்கிரஸ். அதனால் தமிழ்நாட்டில் காமராஜரே செல்வாக்கு படைத்தவராக இருந்தார். இந்த பிரிவினையை தொடர்ந்து 1971 ஆம் ஆண்டு பொது தேர்தல் அறிவிக்கப்பட்டது.

தமிழ்நாட்டில் இதுவரை யாரை எதிர்த்து எந்த கட்சியுடன் கூட்டணியே இல்லை என்று காமராஜர் அறிவித்தாரோ அந்தக் கட்சியுடன் இந்திரா காங்கிரஸ் கூட்டணி அமைத்தது. ஆம், தி.மு.க வுடன் கூட்டணி அமைத்து அந்த தேர்தலில் களம் இறங்கியது. காமராஜரின் கருத்துக்கும் எண்ணங்களுக்கும் எதிராக அவர் செயல்பட ஆரமித்தார். அகில இந்திய அளவில் இந்திரா காங்கிரஸ் வெற்றி பெற்றது. தமிழ் நாட்டில் மீண்டும் காங்கிரஸ் தோல்வியையே சந்தித்தது. தி.மு.க வெற்றி பெற்றது. அப்போது கூட அவ்வளவு பெரிய தோல்வியை ‘மக்களின் தீர்ப்பு தானே’ என்று எண்ணி சர்வ சாதாரணமாக அதைக் கடந்தார் காமராஜர். ஆனால் அவருக்குள் இருக்கும் உள்ளுணர்வு அவரை குடைந்துக்கொண்டே இருந்தது. காங்கிரஸின் பிரிவு, கட்சிக்குள் கருத்து வேறுபாடு, தமிழ்நாட்டில் அடுத்தடுத்து தோல்வி, காங்கிரஸின் எதிர்கால நிலை என அனைத்தும் தன் ஆழ் மனதுக்குள் வைத்து யோசித்துக் கொண்டே இருக்க அவருடைய மன வேதனை நீண்டுக் கொண்டே போனது. ஆனால் திமு.க வை எதிர்த்து தமிழ்நாட்டில் ஆங்காங்கே மக்கள் போராட்டங்கள் நிகழ, அதற்கு எல்லா வகையிலும் காமராஜர் தன் ஆதரவை போராட்டக் காரர்களுக்கு வழங்கிய வண்ணமே இருந்தார். இதற்கு இடையில் காங்கிரஸ் கட்சியிலிருந்த இருப்பினவிரும் சேருவதற்கான முயற்சியில் சில தொண்டார்கள் ஈடுபடத் தொடங்கினார்கள். 1974

ஆம் ஆண்டு புதுவையில் தேர்தல் நடந்தது. இரு காங்கிரஸும் சேர்ந்து தேர்தலை சந்திப்பது என்று முடிவு செய்யப்பட்டது. புதுவை தேர்தலில் வேட்பாளரை தேர்தெடுப்பதற்கான முழு அதிகாரத்தையும் இந்திரா காந்தி காமராஜரிடம் வழங்கினார். தமிழ்நாட்டில் இரு காங்கிரஸும் ஒன்று சேருவதற்கு பெரும் வரவேற்பு கிடைத்தது. தேர்தல் முடிவுகளை பொருத்தவரை மந்திரி சபையை அமைக்கும் வாய்ப்பு கிடைக்கவில்லை. இருந்தாலும் பெரும்பாலான இடங்களில் காங்கிரஸ் வெற்றி அடைந்திருந்தது. இதே நிலை நீடித்தால் தமிழ்நாட்டிலும் காங்கிரஸ் தான் நிச்சயம் வெற்றி பெரும் என்று உறுதியாக நம்பினார்கள். ஆனால் அப்போது தான் யாருமே எதிர் பார்க்காத வகையில் இந்திரா காந்தி ஒரு காரியம் செய்தார். அது காமராஜருக்கு பிடிக்காமல் போக மீண்டும் விரிசல் அதிகமானது.

ஆரம்பத்தில் காங்கிரஸிலிருந்து, பின் அதிலிருந்து விலகி சென்றவர் தான் ஜெயப்பிரகாஷ் நாராயண் என்பவர். இப்போது இந்திரா காந்தியின் ஆட்சியில் நிறைய சட்ட ஒழுங்கு சீர்க் கேடுகள் மற்றும் ஊழல்கள் நடப்பதாகவும் கூறி எதிர்கட்சிகளுடன் கூட்டு சேர்ந்து இந்திராவுக்கு எதிராக போராட்டம் நடத்தினார். போராட்டம் வலுவடைந்து கலவரம் அதிகமானது. வட இந்தியாவில் இந்த கலவரம் மேலும் மேலும் அதிகமாக, அதை கவனித்த இந்திரா காந்தி உடனடியாக இந்தியாவிற்கு அவசர நிலையை பிரகடனம் செய்தார். இந்த அறிவிப்பு நாட்டிலிருந்த எல்லோருக்கும் பெரிய பாதிப்பு ஏற்படுத்தும் என்று காமராஜர் நினைக்க, அவரின் போக்கு மீண்டும் காமராஜருக்கு வருத்தத்தையே தந்தது. இதனால் மக்கள் பெரிதும் பாதிக்கப்படுவார்கள். அதனால் அவசர நிலையை திரும்பப் பெற்றுக்கொள்ளும்படி இந்திராவிடம் கேட்க, அதை அவர் நிராகரித்துவிட்டார். இதனால் இரு காங்கிரஸும் சேருவதற்கான சூழல் தமிழ்நாட்டில் அப்படியே நின்றுவிட்டது. இதனை எண்ணி மீண்டும் துயரமுற்றார் காமராஜர். அதுமட்டுமின்றி கடந்த சில ஆண்டுகளில் ராஜாஜி, ஈ.வெ.ரா, அண்ணாதுரை, போன்றோரின் இறப்பு அவரை மேலும் மன அழுத்ததிற்கு கொண்டு சென்றது. இறுதியாக யாரும் எதிர்ப் பார்க்காத அந்த நாள் காமராஜரை கவ்விக்கொண்டது.

25. விளக்கை அணை

1975 ஆம் ஆண்டு காந்திஜியின் பிறந்த நாளான அக்டோபர் 2 அன்று எப்போதும் போல காலையில் எழுந்து காபி குடித்துவிட்டு பத்திரிக்கைகளை படித்துவிட்டு குளித்து முடித்தவுடன் காலை உணவை சாப்பிட்டு முடித்தார். பத்து மணிக்கு தினமும் வரும் மருத்துவர் சௌரிராஜன் வந்து பரிசோதனை செய்துவிட்டு இன்சுலின் ஊசியை செலுத்துவிட்டு சென்றார். பின் அவரை காண வந்த கல்லூரி மாணவர்கள் 50 பேரை சந்தித்து பேசினார். அதற்கடுத்து அவரை காண வந்த தணிகைத் தம்பியை சந்தித்து விட்டு மதிய உணவை சப்பிட்டு விட்டு தன் அறைக்குச் சென்று படுத்தார். சாப்பிடும் போதே தனக்கு அதிகம் வியர்க்கிறது என்று உதவியாளரிடம் கூறியிருக்கிறார். சாப்பிட்டு முடித்துவிட்டு உறங்குவதற்காக அறைக்கு சென்று தன் படுக்கையில் படுத்தார். திடீரென்று எழுந்து உதவியாளரை அழைக்கத் தொடங்கினார். அவர் வந்து பார்த்தால் காமராஜருக்கு உடல் முழுவதும் வியர்வையாக இருந்தது. அவர் அறை குளிரூட்டப்பட்டு ஏ.சி பொருத்தியிருக்கும். அந்த அறையில் அவர் தலையெல்லாம் ஈரமாக இருந்தது. மூச்சு திணறல் மற்றும் மார்பில் வலி உண்டாகியது. உடனே உதவியாளர், தொலைப்பேசி மூலம் மருத்துவர் சௌரிராஜனை அழைக்க, அப்போது பார்த்து அவருக்கு தொடர்பு கிடைக்கவில்லை. பிறகு மருத்தவர் ஜெயராமனுக்கு தொடர்பு கொண்டு நடந்த வற்றையெல்லாம் சொல்லி சீக்கிரம் அவரை வரும்படி அழைத்தார்கள். மருத்துவரிடம் பேசிய பின்னர் தனது படுக்கையில் படுத்தார் காமராஜர். அப்போது உதவியாளரிடம்,

“டக்டர் வந்தால் எழுப்பு... விளக்கை அணைத்து விட்டு போ”

என்று கூறியிருக்கிறார். சரியாக மூன்று மணியளவில் விஷியம் தெரிந்த மருத்துவர் சௌரிராஜன், ஜெயராமன் வருவதற்கு முன்பே வந்துவிட்டார். அறைக் கதவை திறக்க, நன்றாக படுத்திருந்தார் காமராஜர். ஆனால் வழக்கமான அவருடைய குறட்டை சத்தை கேட்க்கவில்லை. அவரை எழுப்ப முயற்சித்தும், எந்த அசைவும் இன்றி இருந்ததை கவனித்த மருத்துவர், நாடியை தொட்டு பார்த்த போது எந்தத் துடிப்பும் இல்லாமல் அந்த கை சலனமற்று இருந்தது.

ஆம், இந்த நாட்டு மக்களின் மிகப்பெரிய நம்பிக்கை, ஏழை எளிய மக்களின் கண்ணீரை துடைத்த பெரும் தலைவர் நம்மையெல்லாம் விட்டு சென்றுவிட்டார் என்பதை உறுதி செய்தார். உடனே தன் கழுத்திலிருந்த ஸ்டெதஸ்கோப்பை தூக்கி எறிந்து தன் ஆதங்கத்தை வெளிப்படுத்தி அங்கேயே கதறி அழத் தொடங்கினார். சென்னை தியாகராய நகர் திருமலைப்பிள்ளை ரோட்டில் உள்ள அவருடைய வீட்டில் நிகழ்ந்த இந்த துயர சம்பவம், நாட்டின் முக்கிய தலைவர்கள் உட்பட கடைகோடி ஒருவனுக்கும் அவர் இறந்த செய்தி பரவியது.

மாபெரும் தலைவரின் பேரிழப்பை தாங்க முடியாத வானம் கூட கண்ணீர் சிந்தி தன் வருத்ததை தெரிவிப்பது போல மழை பெய்ய ஆரமித்தது. இந்திய நாட்டின் ஒவ்வொரு மூலை முடுக்கிலும் உள்ள மக்கள் தங்கள் தலைவனை காண அந்த கொட்டும் மழையிலும் அங்கு குவிய ஆரமித்தார்கள். தியாகராய நகரே மக்கள் கூட்டத்தால் ஸ்தம்பித்துப் போனது. மேலும் மக்கள் கூட்டம் அவரை காண வரும் என்று தீர்மானித்து உடனே மாலை ஐந்து மணியளவில் அவருடைய உடலை ராஜாஜி மண்டபத்துக்கு கொண்டு செல்ல முடிவெடுத்தார்கள். நாட்டின் முக்கிய அரசியல் தலைவர்கள், சினிமா நட்சத்திரங்கள், உழைக்கும் மக்கள், வியாபார நிறுவன முதலாளிகள், என அனைத்து தரப்பு மக்களும் கண்ணீருடன் அவரை காண படையெடுத்து வந்துக் கொண்டிருந்தனர். மக்கள் வெள்ளம் ராஜாஜி மண்டபத்தை சூழ்ந்தது. எங்கு பார்த்தாலும் மக்கள். கண்ணுக்கெட்டிய தூரம் வரை மக்கள். ஒரு மனிதன் தன் வாழ் நாளில் எவ்வளவு பேரை சம்பாதிக்க முடியும் என்பதற்கு சிறந்த எடுத்துக் காட்டாக எண்ணிலடங்கா மக்கள் வந்துக் கொண்டே இருந்தனர். அவருடைய உடல் 21 மணி நேரம் அங்கு வைக்கப் பட்டிருந்தது. மொத்தம் 20 லட்சம் மக்கள் அவரை காண வந்தார்கள். முப்படை வீரர்கள் மரியாதை செய்தப் பின்னர் மக்களின் அழுகுரல்களுக்கு நடுவில் அவருடைய உடல் இராணுவ வாகனத்தில் ஏற்றப்பட்டது.

யாரை தன் வாழ்க்கையில் முன்னுதாரனமாக நினைத்தாரோ, யார் வழியில் நாம் கடைசி வரை பயணிக்க வேண்டும் என்று நினைத்தாரோ அவருடைய பிறந்த நாள் அன்றே காமராஜர் மரணித்தது இயற்கையின் சூழ்ச்சியே. காந்தி மண்டபத்தின் அருகிலேயே அவர் உடலை எறியூட்ட ஏற்பாடுகள் நடந்துக் கொண்டிருந்தன. பதினைந்து நிமிட ஈமச் சடங்கிற்கு பிறகு மக்களின்

கர கோஷத்துடன் காந்தியின் கடைசி வாரிசான காமராஜரின் உடல் சிதைக்குள் வைக்கப்பட்டு அவருடைய தங்கை மகன் கனகவேல் என்பவரால் தீயிடப்பட்டது. அந்த தீ பிழம்புகள் விண்ணை நோக்கி எழ மக்களின் உணர்வுகளும் துக்கத்தில் மலமல வென கொந்தளித்தது. இந்திய நாட்டை உலக அளவில் முனிருத்திய ஒரு தலைவருடைய சகாப்தம் முடிந்தது.

அவர் இறந்த அடுத்த ஆண்டு இந்திய அரசு காமராஜருக்கு மிக உயரிய விருதான 'பாரத ரத்னா' விருது வழங்கி கௌரவித்தது. அதுமட்டுமின்றி முக்கிய சாலைகள், தெருக்கள், இரயில் நிலையங்கள், மதுரை காமராஜர் பல்கலைக்கழகம், சென்னை பன்னாட்டு வானூர்த்தி நிலையத்தின் உள்நாட்டு நிலையம், எண்ணூர் துறைமுகம் என அனைத்திற்கும் காமரஜரின் பெயர் வைக்கப்பட்டது. தியாகராய நகரில் அவர் வாழ்ந்த வீடு, பொது மக்களின் பார்வைக்காக இன்றும் அவர் நினைவாக இயங்கிக் கொண்டிருக்கிறது. அங்கு அவர் பயன்படுத்திய பொருட்கள், படித்த புத்தகங்கள், உடைகள் என அனைத்தும் பாதுகாத்து வைக்கப்பட்டுள்ளது. தமிழ் நாட்டில் பிறந்த ஒரு சாதாராண சிறுவன் இந்திய நாட்டின் தலையெழுத்தையே மாற்றும் அளவிற்கு ஒரு உயரத்தை அடைய எப்பேர்ப்பட்ட சவால்களை சந்தித்து போராடி வந்திருப்பார் என்பதை நம்மால் யூகிக்க கூட முடியவில்லை. அதன் பிறகு அவர் அடைந்த உச்சத்தை தேசிய அளவில் இதுவரை எவரும் கண்டதில்லை. கடைசியாக அண்ணா சொல்லியது போல,

“இன்னுமொரு ஆயிரம் ஆண்டுகளுக்கு இன்னொரு தமிழன் அகில இந்திய அரசியலில் செல்வாக்கு பெறவே முடியாது” என்பது உண்மையானது.

காமராஜர் ஒருவர் மட்டுமே அனைத்து தடுப்புகளையும் உடைத்து கோலோச்சி நின்றுக்கொண்டிருக்கிறார்.